பர்வேஸ் முஷாரப்

ஜெகாதா

சத்யா

Title:
Pervez Musharraf
Jakatha

ISBN: 978-93-92474-80-4
Title Code : Sathyaa - 079

நூல் தலைப்பு
பர்வேஸ் முஷாரப்

நூல் ஆசிரியர்
ஜெகாதா

முதற்பதிப்பு
ஜூன் 2024

விலை : ₹ 60

பக்கம் : 64

Printed in India

Published by
Sathyaa Enterprises
No.137, First Floor,
Choolaimedu,
Chennai - 600 094.
044 - 4507 4203

Email
sathyaabooks@gmail.com

உள்ளே...

1. கல்வியாளர் குடும்பத்து குழந்தை — 4
2. முஷாரப்பின் முதல் காதல் — 8
3. இராணுவப் பட்டப்படிப்பு — 11
4. திருமண வாழ்க்கை — 14
5. பயங்கரவாதத்தை அரங்கேற்றியது யார்? — 16
6. கார்கில் யுத்தமும், அரசியல் பழிவாங்கலும் — 22
7. விமானத்தை இறங்க விடாமல் தடுத்த நவாஸ் ஷெரீப் — 27
8. பர்வேஸ் முஷாரப்பின் இரட்டை வேடம் — 34
9. ராணுவப் புரட்சி மூலம் பெற்ற ஆட்சி — 36
10. முஷாரப் – நவாஸ் ஷெரீப் மோதல் போக்கு — 39
11. அரசியல் சதுரங்க விளையாட்டு — 42
12. நவாஸ் ஷெரீபின் அரசியல் தில்லாங்கடி — 46
13. நவாஸ் ஷெரீபின் போர் நிறுத்த முடிவு — 50
14. நவாஸ் ஷெரீப் நாடு கடத்தப்பட்டார் — 53
15. முஷாரப் பதவி விலக வேண்டும் — 55
16. பாகிஸ்தானில் அரசியல் பகடை ஆட்டம் — 57
17. முஷாரப்பின் ராஜினாமாவுக்குப் பின் — 62
18. பர்வேஸ் முஷாரப்பின் வழக்கும் இறப்பும் — 64

1. கல்வியாளர் குடும்பத்து குழந்தை

பர்வேஸ் முஷாரப்பின் தந்தை முஷரபுத்தீனுடைய குடும்பம் பல தலைமுறைகளுக்கு முன்பாக சவுதி அரேபியாவிலிருந்து வந்ததென்று கூறப்படுகிறது.

முஷாரப்பின் தாத்தா பானிப்பட்டில் பெரிய நிலச்சுவன்தாராக இருந்தாராம். அவரது பாட்டி அமினா காத்தூனை விட்டு விட்டு இரண்டாவதாக ஒரு பெண்ணை தாத்தா திருமணம் செய்து கொண்டாராம்.

மகன்கள் சையத் முஷரபுத்தீன் (முஷாரப் தந்தை) மற்றும் சையத் அஷ்ரபுத்தீன் ஆகியோருடன் தன்னுடைய தந்தை வீட்டுக்கு அமீனா காத்தூன் வந்து சேர்ந்தார்.

அந்தக் காலத்தில் முகலாயர்களின் பகுதியாக இருந்த டெல்லியில் 1941 ஆம் ஆண்டு ஆகஸ்டு 11 ஆம் தேதி நெஹர்வாலி ஹவேலி என்று அழைக்கப்பட்ட அம்மா வழித் தாத்தாவின் வீட்டில்தான்

பர்வேஸ் முஷாரப் பிறந்தார். முஷாரப்பின் மூத்த சகோதரர் பெயர் ஜாவித். இளைய தம்பி நவீத்தும் அந்த வீட்டில்தான் பிறந்தார்.

முஷாரப்பின் அம்மாவின் அப்பா கான் பகதூர் காஜி பஸ்லே இலாஹி ஒரு நீதிபதியாக இருந்தார். முஷாரப்பின் அம்மா ஜரீன் டெல்லி பல்கலைக் கழகத்திலிருந்து இளங்கலைப் பட்டமும் லக்னோ பல்கலைக் கழகத்திலிருந்து முதுகலைப் பட்டமும் பெற்றிருந்தார்.

அடிப்படைக் கல்வி கற்கவே முஸ்லீம் பெண்கள் இயலாத அக்காலத்தில் முஷாரப்பின் தாய் பட்டதாரியாக இருந்தார்.

புகழ் பெற்ற அலிகார் முஸ்லீம் பல்கலைக் கழகத்தில் முஷாரப்பின் தந்தை முஷாரபுத்தீனும் அவரது மூத்த சகோதரரும் இளங்கலைப் பட்டம் பெற்றிருந்தனர்.

முஷரப்புத்தீன் வெளிநாட்டுத் தூதரகத்தில் கணக்கராக பணியில் சேர்ந்து இயக்குநர் என்ற பதவிக்கு உயர்ந்தார்.

ஜரீனைத் திருமணம் செய்த பின்பு முஷாரப்புத்தீன் குடும்பம் நெஹர்வாலி ஹவேலிக்கு குடிபெயர்ந்தது.

1946இல் அந்த வீடு விற்கப்பட்டது. அதன்பின் புதுடெல்லி பாரன் சாலையில் இருந்த அரசாங்கக் குடியிருப்புக்குச் சென்றனர்.

இந்தியா - பாகிஸ்தான் பிரிவினைக்குப் பிறகு கராச்சிக்குச் செல்லும் வரை இந்த வீட்டில்தான் முஷாரப் குடும்பம் இருந்தது.

கராச்சி 1947இல் பாகிஸ்தானின் தலைநகரமாக இருந்தது. அதன் பின்னர்தான் இஸ்லாமாபாத் பாகிஸ்தான் தலைநகரமாயிற்று.

கராச்சிக்கு வந்து சேர்ந்ததும் முஷாரப்பின் குடும்பம் ஜேகப் லைன்ஸ் என்ற இடத்தில் ஒரு ராணுவக் குடியிருப்பில் தங்கினர். முஷாரப்புக்கு அப்போது வயது நான்குதான்.

முஷாரப்பும் அவரது சகோதரர் ஜாவீதும் கத்தோலிக்க சமயப் பிரசாரகர்களால் நடத்தப்பட்ட புனித பாட்ரிக்ஸ் பள்ளியில் சேர்க்கப்பட்டனர்.

மொஹத்தா அரண்மனை என்றழைக்கப்பட்ட ஓர் இடத்தில் இருந்த புதிய வெளிநாட்டு அலுவலகத்தில் முஷாரப்பின் தந்தை பணிபுரியத் தொடங்கினார்.

'காயிதே ஆஸம்' (மாபெரும் தலைவர்) என்று மரியாதையாக அழைக்கப்படும் பாகிஸ்தானின் தந்தை முஹம்மது அலி ஜின்னா அவர்களின் சகோதரி ஃபாத்திமா ஜின்னாவின் வீடாக அது பிற்காலத்தில் மாறியது.

சிறுவயதில் முஷாரப் முகம்மது அலி ஜின்னாவை அவ்வப்போது அங்கே சந்திப்பது உண்டு.

ஜின்னாவுக்கு அவரது அலுவலகத்தில் போதிய நாற்காலி வசதிகள் கூட இல்லாமல் இருந்தது. புதிய தேசங்களுக்கான சொத்துக்களைப் பங்கிட்டுக் கொள்வது என்பது முறையாக செயல்படுத்தப்பட வில்லை என்று கூறப்பட்டது. பிரிவினைக்கு முந்தைய கணக்குப்படி பாகிஸ்தானுக்கு சேர வேண்டிய சொத்துக்கள் வந்து சேராமல் இந்தியா தடுத்துக் கொண்டிருந்ததும் ஒரு காரணமாகக் கூறப் பட்டது.

ஜுன் 1948 இல் தான் இந்தியாவை விட்டு பிரிட்டிஷார் வெளியேற முடிவு செய்திருந்தனர். ஆனால், கடைசி வைஸ்ராயான லூயி மௌண்ட் பேட்டன் அதுவரை பிரிட்டன் தாங்காது என்றும் 1948க்கு முன்னரே ஆகஸ்ட் 1947லேயே வெளியேறி விடுவது உத்தமம் என்றும் லண்டனிடம் எடுத்துச் சொல்லி ஒப்புக் கொள்ள வைத்தார்.

சுதந்திரக் குழந்தையாக அப்போதுதான் தவழத் தொடங்கிய பாகிஸ்தான் தேசத்தின் நம்பிக்கையையும், செழிப்பையும் ஜின்னா வின் மரணம் உலுக்கிப் பார்த்தது.

முஷாரப் வீட்டிற்கு மிக அருகில் இருந்த பந்தர் சாலை வழியாகத் தான் ஜின்னாவின் சவ ஊர்வலம் சென்றது.

கராச்சியில் குடியேறிய இரண்டாண்டுகளுக்குப் பிறகு துருக்கியின் அங்காராவில் இருந்த தூதரக அலுவலகத்தில் முஷாரப்பின் தந்தை வரவு செலவுக் கணக்குகளைக் கவனிக்கும் துறையில் மேற்பார்வை

யாளராக நியமிக்கப்பட்டார்.

1947இல் எப்படி பாகிஸ்தான் ஒரு புதிய தேசமாக உருவானதோ அதைப் போல 'அதாதுர்க்கி நாடும்' புதிய துருக்கியாக உருவெடுத் தது.

ஒட்டோமான் கலிஃபாக்களின் ஆட்சி முடிவுற்றபோது பிரிந்து உடைந்து சிறு பகுதியாகப் போய் விடுவதில் இருந்து துருக்கியைக் காப்பாற்றி அதன் பழமைவாதக் கொள்கைப் பிடிப்பிலிருந்தும் அதை மீட்டு நவீனப்படுத்தியவர் முஸ்தஃபா கமால்தான்.

நன்றியுள்ள அவரது மக்கள் அவரை 'அதா துர்க்' (துருக்கியின் தந்தை) என அழைத்தனர்.

வெற்றிகரமான படைத் தலைவர் என்பதாலோ என்னவோ 'பாஷா' என்றும் அவர் அழைக்கப்பட்டார்.

'வியப்புக்குரிய' என்ற பொருளைத் தரும் அவருடைய இரண்டாவது பெயரான கமால் என்பது கூட அவரது ஆசிரியர் ஒருவரால் வைக்கப் பட்ட பெயர்தான்.

அங்காராவில் ஒவ்வொரு வீட்டிலும் ஒரு ஆண்டு என்ற கணக்கில் மூன்று ஆண்டுகளுக்குள் மூன்று வீடுகளுக்கு குடி மாறிவிட்டார்கள் முஷாரப் குடும்பத்தார்.

முஷாரப்பின் தாயார் வெளிநாட்டுத் தூதரகத்தில தட்டச்சு செய்பவராக பணியில் சேர்ந்தார்.

முஷாரப்பின் அம்மாவின் சகோதரர்களில் ஒருவர் காஜி குலாம் ஹைதர் என்பவர் பாகிஸ்தான் வானொலியில் முதல் ஆங்கிலச் செய்தி வாசிப்பாளராக இருந்தவர் அவருடைய மனைவி பாதி துருக்கியர்.

முதல் ஆறு மாதங்களில் ஒரு துருக்கிப் பள்ளிக்கூடத்தில் முஷாரப்பும் அவரது சகோதர்களும் சேர்க்கப்பட்டார்கள். முஷாரப் துருக்கி மொழியை நன்கு கற்றுக் கொள்ள முடிந்தது.

மேடம் குத்ரத் என்பவரிடம் முஷாரப் கணிதமும் பூகோளமும் பயின்றார்.

விளையாட்டின் மீதான ஆர்வத்தை முஷாரப் துருக்கியால்தான் வளர்த்துக் கொண்டார். ஜிம்னாஸ்டிக்ஸில் பயிற்சி எடுத்துக் கொண்டார். கைப்பந்து, கூடைப்பந்து, கால்பந்து போன்ற விளையாட்டுக்களில் அவர் சிறந்து விளங்கினார்.

முஷாரப் வீட்டுக்கு எதிராக இருந்த லெபனான் நாட்டுத் தூதரகத் தில் இருந்த தோட்டத்தில் பழ மரங்கள் நிறைய இருந்தன. தோட்டத்துக்குள் நுழைந்து பழங்களைப் பறித்துக் கொண்டு வந்து விடுவார் முஷாரப்.

அப்பாவுடன் வாத்து வேட்டைக்கு செல்வதில் அலாதிப்பிரியம் முஷாரப்புக்கு.

2. முஷாரப்பின் முதல் காதல்

கோல் பாஷி என்ற ஏரியில் நீந்தும் சமயத்தில் வாத்துக்களை முஷாரப் வெற்றிகரமாக சுட்டு வீழ்த்தி விடுவார்.

எப்போதும் சிறுவர்களை அழைத்துக் கொண்டு வெளியே சுற்றி வருவதில் முஷாரப் பெரும் பொழுதைக் கழிப்பார்.

ஆனால், முஷாரப்பின் அண்ணன் ஜாவீது அவருக்கு நேர்மாறா னவர். புத்தகப் புழு. எப்போதும் படித்துக் கொண்டிருப்பார்.

அண்ணனும் தம்பியும் பிரிட்டிஷ் கவுன்சில் நூலகத்தில் உறுப்பினர் களாகச் சேர்ந்து போட்டி போட்டு புத்தகங்களைப் படிப்பார்கள்.

நாய்களின் மீதான விருப்பம் முஷாரப்புக்கு துருக்கியில்தான் ஏற்பட்டது. விங்கி என்று பெயரிடப்பட்ட ஒரு அழகான பழுப்பு நிற நாயை முஷாரப் பிரியத்துடன் வளர்த்து வந்தார். அது ஒரு சாலை விபத்தில் இறந்தபோது மிகவும் வருந்தினார் முஷாரப்.

துருக்கியில் ஏழு ஆண்டுகள் கழித்தது முஷாரப்பின் குடும்பம். பள்ளிப் பருவத்து சந்தோஷங்கள் அனைத்தையும் கொடுத்த துருக்கியை விட்டு வருவதற்கே முஷாரப்பால் முடியவில்லை.

நெஞ்சே வெடித்து விடும் போலிருந்தது.

ஒரு வழியாக கராச்சிக்குத் தயாராகி விட்டார்கள். முஷாரப் தந்தை பஸ்ரா வரை காரை ஓட்டி வந்தார். சிரியா, லெபனான் வழியாக ஜோர்டானைக் கடந்து இராக்குக்கு வழியாக பஸ்ரா துறைமுகம் வரை கார்தான். பின்னர் அங்கிருந்து கடல் மார்க்கமாக கராச்சி வந்து சேர்ந்தது முஷாரப் குடும்பம்.

கராச்சியில் ஏற்கனவே இருந்த மொஹத்தா அரண்மனையிலேயே தான் ஏற்கனவே வேலை பார்த்த வெளிநாட்டுத் தூதரகத்தில் முஷாரப் தந்தை மீண்டும் போய்ச் சேர்ந்தார்.

நஸிமாபாத்தில் உள்ள குடியிருப்பில் முஷாரப் குடும்பம் குடியேறியது.

முஷாரப் சகோதர்கள் ஏற்கனவே படித்த ஆண்களுக்கான கத்தோலிக்கப் பள்ளியான தூய பாட்ரிக் பள்ளியில் எட்டாம் வகுப்பில் சேர்ந்தனர்.

தூய பாட்ரிக் பள்ளியின் குறும்புக்காரப் பையனாகத் திழ்ந்த முஷாரப் அதற்குரிய தண்டனைகளிலிருந்தும் தப்பிக்க முடிய வில்லை. டிலிமா என்ற ஆசிரியர் அவரைத் தண்டித்திருக்கிறார்.

தன்னுடைய பதினைந்தாம் வயதில் பத்தாவது படித்துக் கொண்டிருந்தபோது முஷாரப்புக்கு ஏற்பட்ட முதல் காதல் அவரது பாடங்களின் மதிப்பெண்களைத் தடாலடியாக கீழே கொண்டு சென்று விட்டது.

முதலில் காதலை வெளிப்படுத்தியது புர்கா என்ற அந்தப் பெண் தான். காதலை முதலில் கூறுவதற்கு தயங்குபவனாகவும், வெட்கப் படுபவனாகவும் முஷாரப் அப்போது இருந்தார்.

அந்தப் பெண்ணுக்கு ஆங்கிலம் தெரியாது. உருது மட்டுமே தெரியும். முஷாரப்புக்கு உருது அவ்வளவாக புலமை இல்லை. நண்பன் ஒருவன் மூலம் தான் அவள் உருதுவில் எழுதும் காதல் கடிதங்களைப் படித்துக் காண்பிக்க அதற்குப் பதில் கடிதம் எழுத முடிந்தது.

அழகான அந்தப் பெண்ணுடன் ஏற்பட்டிருந்த முட்டாள் தனமான அந்த முதல் காதல் முஷாரப்பின் குடும்பம் வேறொரு வீட்டுக்கு குடிபெயரும் வரை நீடித்தது.

அழகான தோட்டங்களைக் கொண்ட கராச்சி மிருகக் காட்சி சாலைக்கு அருகில் கார்டன் சாலையில் முஷாரப்பின் அந்த புதிய வீடு இருந்தது.

கார்டன் சாலையிலும் காதல் விடவில்லை. ஆனால், இப்போது முஷாரப் ஒரு அழகான வங்காளிப் பெண் மீது இரண்டாவது காதலில் விழுந்தார்.

ஆனால், வழக்கமாக அவளும் திருமணமாகி பங்களாதேஷ் சென்று விட்டாள். சரிந்து கொண்டிருந்த பள்ளிக்கூட மதிப்பெண்களை சரி செய்ய வேண்டிய நெருக்கடியில் இருந்தார் முஷாரப்.

முஷாரப்புடன் சேர்த்து மூன்று சகோதரர்களும் தங்களுடைய வாழ்க்கைப் பயணத்தை முடிவு செய்தார்கள்.

மூத்தவர் ஜாவீத் பாகிஸ்தான் உள்நாட்டு சேவையில் சேர முடிவு செய்தார். கடைக்குட்டி நவீத் மருத்துவராக வேண்டுமென்று அம்மா முடிவு செய்தார். முஷாரப் ராணுவத்தில் சேர ஆசைப் பட்டார். மூன்று பேர் எண்ணப்படியே நடந்தது.

லாகூரில் இருந்த எஃப்சி காலேஜில் முஷாரப் சேர்க்கப்பட்டார். எஃப்.எஸ்.சி. முடித்தால்தான் ராணுவத்தில் சேர்வதற்கு தகுதி பெற முடியும்.

வீட்டை விட்டு தூரமாகப் போய் வாழ்ந்த பழக்கம் இல்லாததால் முஷாரப்புக்கு வீட்டு நினைவாக இருந்தது. கென்னடி ஹாலில் தங்குமிடமும் உணவும் கொடுத்தார்கள்.

அங்கு விளையாட்டுக்கு முக்கியத்துவம் கொடுத்தார்கள். ஜிம்னாஸ்டிக்ஸ், நீண்ட தூர ஓட்டம், உடலழகுப் போட்டி, தடகளம் ஆகிய அனைத்து விளையாட்டுக்களிலும் முஷாரப் கை தேர்ந்தார்.

நீண்ட தூர ஓட்டத்தில் நான்காவது இடத்திலும் ஜிம்னாஸ்டிக்ஸ் முதலிடத்திலும், உடலழகுப் போட்டியில் மிஸ்டர் எஃப்சி கல்லூரியில் மூன்றாமிடத்திலும் எல்லாவற்றுக்குமாக ஏகப்பட்ட சான்றிதழ்களைப் பெற்றார்.

கேம்பஸ் வாழ்க்கையில் ஏராளமான வெளிநாட்டு மாணவர்களோடும், மாணவிகளோடும் சகஜமாகப் பழக நட்பு கொள்ள முடிந்தது.

கல்லூரியிலும் முஷாரப்பின் குறும்புத்தனங்கள், வீரப் பிரதாபங்கள் அதிகரித்தன.

ஒருசமயம் மரணத்தோடு நெருங்கி விளையாடும் அனுபவம் ஏற்பட்டது முஷாரப்புக்கு. மாமரத்தில் ஏறி உச்சிக்கிளையில் உள்ள மாம்பழங்களை பறித்துத் தரும்படி நண்பர்கள் முஷாரப்பை உசுப்பேற்றி விட்டார்கள்.

முஷாரப்பும் உச்சிக்கிளை வரை ஏறி மாம்பழங்களைப் பறித்துப் போட்டு கிளையில் ஆட அது முறிந்து தலைகீழாக விழுந்து தரையில் மோதிக் கிடந்தார். கண் விழித்துப் பார்த்தபோது தாத்தாவின் வீட்டில் மருத்துவர் அருகே இருப்பதை உணர்ந்தார் முஷாரப்.

3. இராணுவப் பட்டப்படிப்பு

முஷாரப் பாகிஸ்தான் ராணுவ அகாதெமியில் சேர்ந்தபோது அவருக்குப் பதினெட்டு வயதுதான். 1961இல் முஷாரப் அகாதமியில் சேர்ந்தார். அடுத்தடுத்த பரீட்சைகளில் தேர்வு செய்யப்பட்டார் முஷாரப்.

முஷாரப்பின் உடல் உறுதியும், பயிற்சிகளும் சல்யூட் வைக்கின்ற தனிச்சிறப்பையும் உயரதிகாரி தனியாகப் பாராட்டினார்.

ராணுவப் பட்டப்படிப்பு முடிந்தவுடன் முஷாரப் இரண்டாவது லெப்டினண்டாக இருந்தார். ஆனால், சிறிதும் யோசிக்காமல்

முப்பத்தாறாம் விமான எதிர்ப்பு படைப்பிரிவில் சேர முடிவு செய்தார் முஷாரப்.

ஏனெனில் அதற்குத்தான் பயிற்சிகள், துப்பாக்கிச் சுடுதல், படிப்பு எல்லாமே கராச்சியில் இருந்தன. முஷாரப் கராச்சிக்கு செல்வதில் ஆர்வம் காட்டியதற்கு காரணம் அவரது வங்காளத் தோழிதான்.

ராணுவப் படிப்பு முடித்த ஒருவர் முதலில் பீரங்கிப் படைப் பிரிவில் சேர்ந்து படிக்காமல் விமான எதிர்ப்பு பயிற்சிப் பிரிவுக்கு செல்லக் கூடாது என்று அந்த ஆண்டு முடிவு செய்யப்பட்டவுடன் முஷாரப் பின் திட்டமெல்லாம் தவிடு பொடியானது.

ஆறு மாதங்களுக்குப் பிறகு முஷாரப்பை பதினாறாவது பீரங்கிப் படைப்பிரிவில் பணியமர்த்தினார்கள். அந்த இடைப்பட்ட காலத்தில்தான் அவரது வங்காளக் காதலி கிழக்கு பாகிஸ்தான் சென்று விட்டதால் காதல் முடிவுக்கு வந்து விட்டது.

காதல் முறிந்து போய்விட்ட நிலையில் மனதை திடப்படுத்திக் கொண்ட முஷாரப்பின் வாழ்க்கை போக்கு முழுவதுமே ராணுவத் துக்காகவும், தாய்நாட்டின் பாதுகாப்புக்காகவும் அர்ப்பணிக்கப் பட்டுவிட்டது.

1965இல் இந்தியாவுடனான போர் அபாயம் அதிகரிக்க கராச்சியி லிருந்து சுமார் இருபத்து நான்கு மணி நேர ரயில் பயணத் தொலை வில் லாகூருக்கு அருகிலிருந்த சங்கரா மங்காக் காடுகளுக்கு முஷாரப் பிரிவு அனுப்பப்பட்டது.

1965 யுத்தத்தில் பாகிஸ்தானை எல்லா பக்கத்தில் இருந்தும் இந்தியா தாக்கியது. இந்தியத் தாக்குதல் நடந்தது செப்டம்பர் 6 இல் பதினேழு நாட்கள் சண்டை நடந்தது.

அதன் பிறகு ஐக்கிய நாடுகள் பாதுகாப்பு சபையின் தலையீட்டில் போர் நிறுத்த ஒப்பந்தம் ஏற்பட்டது. இந்த யுத்தத்தால் இரு நாடுகளுக்குமே லாபம் இல்லை.

இந்த யுத்தத்தில் முஷாரப் சிறப்பாக பணியாற்றியதற்கு வீரத்திற்கான

விருது கிடைத்தது. ஆக்ரோஷமான இளம் அதிகாரியாக இந்தப் போரில் முஷாரப் பணியாற்றினார்.

முஷாரப்பின் பீரங்கிப் படைப்பிரிவுதான் பாகிஸ்தான் ராணுவத்திலேயே மிகச்சிறந்த பிரிவாகும். அதில்தான் அமெரிக்கா வில் தயாரான பேட்டன் டாங்கிகள் இருந்தன. 1965 செப்டம்பர் 7 இல் கசூர் கேம்கரன் பகுதியில் தாக்குதல் நடத்த முஷாரப் பிரிவு அனுப்பப்பட்டது.

கிட்டத்தட்ட பதினைந்து மைல் தூரத்துக்கு இந்திய பிரதேசத்தை ஆக்கிரமித்து விட்டதாக முஷாரப் பீரங்கிப் படைப்பிரிவு கூறியது.

மூன்று நாட்கள் போருக்குப் பிறகு முக்கியத்தும் வாய்ந்த லாகூர் பகுதிக்குச் செல்லும்படி முஷாரப் பிரிவுக்கு உத்தரவு வந்தது.

இரண்டு நாட்கள் தீவிரமான சண்டைக்கு பிறகு தங்கள் நிலைமையை முஷாரப்பிற்கு உறுதிப்படுத்தியது.

பின்னர் அங்கிருந்து சியால் கோட்பகுதிக்குச் சென்று அங்குதான் புகழ் பெற்ற சவிண்டா டாங்கிச் சண்டை நடந்தது.

1965 செப்டம்பர் 23 அன்று யுத்தம் முடிந்தது. சீக்கிரமாகவே முஷாரப் கேப்டன் அந்தஸ்துக்கு உயர்த்தப்பட்டார்.

1966 இல் முஷாரப் சிறப்பு சேவைக்குழுவில் (எஸ்.எஸ்.ஜி.) சேர விரும்பிச் சேர்த்துக் கொள்ளப்பட்டார். அங்கே போர்த் தந்திரம் சார்ந்த பல கடினமான பயிற்சிகளைக் கடந்தார் முஷாரப். கடுமை யான கஷ்டங்களையெல்லாம் தாங்கிக் கொள்ளுதல் என்பது உடல் உறுதியைவிட மனதைச் சார்ந்தது என்பதை அங்கே உள்ள பயிற்சி களின் மூலம் கற்றுக் கொண்டார் முஷாரப்.

இந்த ஆரம்பப் பயிற்சிக்குப் பிறகு முஷாரப் அங்கே நாலரை ஆண்டுகள் கேப்டனாகவும், இரண்டரை ஆண்டுகள் மேஜராகவும் பணிபுரிந்தார்.

ஒரு ராணுவ வீரன் என்ற முறையிலும் ஒரு தலைவன் என்ற முறை யிலும் முஷாரப்பின் தன்னம்பிக்கையினையும், தகுதிகளையும் அந்தக் காலக்கட்டம் கூர்மையாக்கியது.

4. திருமண வாழ்க்கை

முஷாரப்பின் தோற்றுப் போன இரண்டு காதல்களுக்குப்பின் முறையான காதல் வாழ்க்கை அவருக்குத் திருமண பந்தம் மூலம் ஏற்பட்டது.

பெற்றோர்கள் பார்த்து முடிவு செய்த பெண்ணை மறுவார்த்தை கூறாது பர்வேஸ் முஷாரப் ஏற்றுக் கொண்டார்.

முஷாரப்பின் அத்தை ஒருவர்தான் திருமணப் பேச்சை முன் மொழிந்தார். சேபா ஃபரீத் என்ற பெண்ணின் பெற்றோரை நன்கு அறிந்திருந்த முஷாரப்பின் அத்தைதான் பொருத்தமான ஜோடி என்று நிச்சயித்தவர்.

அத்தை கூறியதுபோலவே சேபா ஃபரீத் மிகவும் அழகான பெண்ணாக இருந்தாள். அவளைப் பார்த்ததுமே முஷாரப் மயங்கி விழுந்து விட்டார்.

நல்ல மனுஷியாகவும், அற்புதமான தாயாகவும், பாசமும், அன்பும் நிறைந்த வீடு என்ற ஒன்றை உருவாக்குவதில் சிறந்தவளாகவும் சேபா இருப்பாள் என்பதற்கான உத்தரவாதத்தை முஷாரப்பின் குடும்பத்தினர் அடையாளம் கண்டனர்.

சேபாவின் தந்தை குலாம் கௌஸ் ஃபரீத் தகவல் மற்றும் ஒலிபரப்பு அமைச்சகத்தில் பணிபுரிந்து வந்தார். முஷாரப் நல்ல அதிகாரி விரை விலேயே முன்னேறி வருவார் என்று நம்பிக்கை வார்த்தைகளை மகள் சேபாவின் மனதில் விதைத்து திருமணத்துக்கு சம்மதிக்கச் செய்தார்.

நிச்சயதார்த்தம் முடிந்த பின்பு கிழக்கு பாகிஸ்தானில் இருந்த சிட்ட காங்குக்கு முஷாரப் இரண்டு ஆண்டுகள் சேவை செய்ய அனுப்பப் பட்டார்.

முஷாரப்பும் அவரது எதிர்கால மனைவி சேபாவும் இந்தக் கால கட்டங்களில் தாங்கள் அன்பை கடிதங்களில் பரிமாறிக் கொண்டனர்.

முஷாரப்பின் ஆங்கில அறிவு என்பது மனைவி சேபாவைவிட ஒரு படி குறைவாகவே இருந்ததை கடிதப் பரிமாற்றங்களில் இருவரும் உணர்ந்து கொண்டார்கள்.

கராச்சி வரும் சமயங்களில் முஷாரப்பும் சேபாவும் சேர்ந்து விழாக் களுக்கோ திரைப்படங்களுக்கோ, டிஸ்கோவுக்கோ செல்வார்கள்.

முஷாரப்பின் திருமணம் 1968 டிசம்பர் 27 அன்று நடைபெற்றது. திருமணம் முடிந்த சில நாட்களிலேயே அவர் சீரத் என்ற இடத்தில் பணியமர்த்தப்பட்டார்.

அங்கே போய்ச் சேர்ந்த ஓரிரு நாட்களிலேயே முஷாரப் 66 பேருடன் பாராசூட்டிலிருந்து குதிக்கும் பயிற்சிக்குத் தயாராயிருந் தார். தன்னுடைய மனைவி தன்னுடைய வீரதீரச் செயலைப் பார்க்க வேண்டும் என்று அவரை அழைத்து வரும்படி முஷாரப் தன்னுடைய நண்பனிடம் கூறி அனுப்பினார்.

அந்த 66 பேர்களில் தான் மட்டும் கையில் வெள்ளை கைக்குட்டையை அடையாளமாக வைத்துக் கொண்டு குதிப்பதாக மனைவிக்கு கூறி யிருந்தார் முஷாரப். அதன்படி முஷாரப் குதித்து தனது மகிழ்ச்சி யையும் பெருமையையும் மனைவியுடன் பகிர்ந்து கொண்டார்.

முஷாரப் தங்கியிருந்த இடம் சீரத் ஒரு மலைமுகட்டின் மீதிருந்தது. அங்கிருந்த தகரக் கூரை வேயப்பட்ட வீடுகள் ஒவ்வொன்றும் 45 லிருந்து 90 மீட்டர்கள் வரை தள்ளி இருந்தன. அந்தப் பகுதி முழுவதும் பாம்புகளும், காட்டு மிருகங்களும் அதிகம். புது மணப் பெண் தன் புதுக்குடித்தன வாழ்க்கையைத் துவங்குவதற்குரிய இடமே அல்ல.

ஆனால், முஷாரப்பை போன்ற இளம் ராணுவ அதிகாரிகளின் மனைவிகள் அப்படித்தான் கஷ்டப்பட்டு வாழ்ந்தாக வேண்டும்.

பயந்து பயந்து அவள் ஒவ்வொரு இரவுப் பொழுதையும் கடத்த வேண்டியிருந்தது. ஆனால், முஷாரப் அச்சமயம் அதனை அவ்வள வாகப் பொருட்படுத்தாதிருந்தார்.

1970 பிப்ரவரி 18 இல் முஷாரப்பின் மனைவி அய்லா என்ற முதல்

பெண் குழந்தையைப் பெற்றாள். அடுத்து 1971 அக்டோபர் 17 இல் மகன் பிலால் பிறந்தான்.

இரண்டு சின்னக் குழந்தைகளையும் வைத்துக் கொண்டு முஷாரப்பும் அவரது மனைவியும் தூக்கமில்லாத இரவுகளைக் கழித்தனர்.

அவசரமான முடிவுகளை எடுக்கிற எளிதில் சண்டைக்குப் போகிற அதிகாரியாக இருந்த முஷாரப்பை பொறுப்பானவராக நடுநிலை யாளராக மாற்றியதில் அவரது மனைவி சேபாவுக்கு பெரும்பங்கு இருந்தது.

தன்னுடைய மகன் பலாலுக்கு முதலில் ஷெஹர்யார் என்றுதான் பெயர் சூட்டினார்கள். ஆனால், 1971 இல் இந்தியாவுக்கு எதிரான போரில் முஷாரப்பின் நெருங்கிய நண்பன் பிலால் கொல்லப் பட்டான். அவனது நினைவாக தன்னுடைய மகனின் பெயரை பிலால் என்று மாற்றினார் முஷாரப்.

5. பயங்கரவாதத்தை அரங்கேற்றியது யார்?

அமெரிக்காவிலுள்ள உலக வர்த்தக மையக் கட்டடங்களை 1993 இல் பயங்கரவாதிகள் வெடித்துத் தகர்க்க முயன்றபோது கணிசமான பாதிப்பு ஏற்பட்டிருந்தது.

ஆறு பேர் கொல்லப்பட்டிருந்தனர். அந்தத் தாக்குதலின் பின்னணி யில் இருந்த முக்கியமானவர்களில் ஒருவனான ரம்ஸியூசுப் பாகிஸ்தானுக்கு தப்பி வந்து, 1995 இல் முஷாரப் பாதுகாப்பு வீரர்களால் கைது செய்யப்பட்டான்.

2001 செப்டம்பர் 11 ஆம் தேதி அதே உலக வர்த்தக மையக் கட்டடத்தில் இரண்டாவது முறையாக பயங்கரவாதிகளின் தாக்குதல் நடந்த காட்சியை தொலைக்காட்சிப் பெட்டியில் பார்த்தபோது பர்வேஸ் முஷாரப் அதிர்ந்து போனார்.

உலக வர்த்தக மையக் கட்டடத்தின் இரண்டு கோபுரங்களில் இருந்தும் தீப்புகை. ஜன்னல்களில் இருந்து மக்கள் வெளியே

குதித்துக் கொண்டிருந்தார்கள்.

எங்கும் பதற்றம், குழப்பம் மோதியது. சாதாரண எடை குறைவான தனியார் விமானங்களல்ல, எரிபொருள் நிரப்பப்பட்ட பயணிகள் நிறைந்திருந்த பெரிய போயிங் விமானங்கள்.

அவை கடத்தப்பட்டு, வேண்டுமென்றே கோபுரங்களில் மோத வைக்கப்பட்டிருக்கின்றன. அது விபத்தாக இருக்க வாய்ப்பே இல்லை. துணிகரமாக நிகழ்த்தப்பட்ட பயங்கரவாதச் செயல்.

ஒரு விமானம் பெண்டகனுள் நுழைந்திருக்கிறது. இன்னொன்று பென்சில்வேனியாவில் ஏதோ ஓர் இடத்தில் தரையில் மோதியிருக் கிறது. அது வெள்ளை மாளிகையை நோக்கி அனுப்பப்பட்டது பின்னால் கூறப்பட்டது. நிச்சயம் இது போர்தான்.

ஒரு கோபுரம் மண்ணோடு மண்ணாக முதல் விழுந்தபோதும் அதைத் தொடர்ந்து அடுத்தடுத்து கீழே சென்றபோதும் முஷாரப் வைத்த கண் வாங்காமல் தொலைக்காட்சியையே பார்த்துக் கொண்டிருந்தார்.

நம்ப முடியாததாக இருந்தது. எரிந்து கொண்டிருந்த விமான எரிபொருள் கிளப்பிய புகையும் உலகின் மிகப்பெரிய கட்டடங் களின் சிதறல்களும் தூசியும் காண்பதற்கு ஏதோ அணு ஆயுத வெடிப்புச் சோதனை நடந்தது போலத் தோன்றியது.

முஷாரப்புக்குப் படபடப்பாக இருந்தது. எத்தகைய மோசமான போர் யுக்தி கையாளப்பட்டிருக்கிறது என்பதைப் புரிந்து கொண்டார். உலகின் மிகப்பெரிய வல்லரசு. தன்னுடைய மண்ணிலேயே அதனுடைய விமானங்களையே ஏவுகணைகளாக மாற்றி தாக்கப் பட்டிருக்கிறது. வல்லமைமிக்க அமெரிக்க தேசத்தின் நெஞ்சு மீது அதன் சுய கௌரவத்தில் விழுந்த பலமான அடி.

இதற்கு நிச்சயம் எதிர்வினை இருக்கும். காயமடைந்த கரடியைப் போல அமெரிக்கா கடுமையான பதிலடி கொடுக்கும் என்பதை எவராலும் ஊகிக்க முடியும்.

முஷாரப் மனதுக்குள் என்னென்னவோ சிந்தனைகள் ஓடிக்

கொண்டிருந்தது.

இந்த பயங்கரவாதச் செயலை அல்கொய்தா செய்திருக்க வேண்டுமென தோன்றியது. அதுவே உண்மையாக இருக்கும் பட்சத்தில் அமெரிக்காவின் உச்சக்கட்ட ஆத்திரமும், கோபமும் பாகிஸ்தான் பக்கம்தான் பாயும்.

அல்கொய்தாவின் அடித்தளம் பாகிஸ்தானின் அண்டை நாடான ஆப்கானிஸ்தானில் சர்வதேசப் புறக்கணிப்புக்கு உள்ளானவர்களை தாலிபான்களின் பாதுகாப்பில்தான் இருந்தது.

அதுமட்டுமின்றி தாலிபான்களோடும் அதன் தலைவர் முல்லா ஓமரோடும் அரசியல் ரீதியான உறவுகளை பாகிஸ்தான் மட்டுமே வைத்துக் கொண்டிருந்தது.

பிரச்சனையின் உஷ்ணம் தகித்ததால் முஷாரப் உடனடியாக ஒரு அறிக்கை தயார் செய்து தொலைக்காட்சி மூலம் அறிவித்தார்.

“இந்த பயங்கரவாதச் செயலை நாங்கள் வன்மையாகக் கண்டிக் கிறோம். அதிர்ச்சியான இந்த நேரத்தில் அமெரிக்காவுடன் நாங்கள் இருப்போம். எல்லா விதமான பயங்கரவாதச் செயல்களையும் எதிர்ப்பதில் அமெரிக்காவுக்கு எங்களால் முடிந்த எல்லா உதவிகளை யும் செய்வோம்.”

அறிக்கை வாசித்துவிட்டு வந்த பின்பு அமெரிக்காவிடமிருந்து உலக நாடுகளிலிருந்தும் ஏராளமான விமர்சனங்கள் எச்சரிக்கைகள் குறிப்பாக அமெரிக்காவின் கர்ண கொடூர மிரட்டல்கள் யாவும் ஒன்று சேர பதட்டமின்றி பர்வேஸ் முஷாரப் யோசனையில் ஆழ்ந்தார்.

எப்போதுமே முதலில் பாகிஸ்தான், தன் மக்கள், அமெரிக்காவை எதிரியாக முடிவு செய்து எதிர்க்க முடியுமா? அமெரிக்க ராணுவத் தோடு ஒப்பிடும்போது பாகிஸ்தான் ராணுவம் வலிமையின்மை புரிந்தது.

அமெரிக்காவை இப்போது ஆதரிக்காவிட்டால் இந்தியாவின் திட்டங்களை அமெரிக்கா உடனடியாக ஏற்றுக் கொண்டு விடும்.

தாலிபான்களின் உறவுக்காக பாகிஸ்தானை பலியிட வேண்டுமா? அப்படி அவர்களுக்காக தற்கொலை செய்து கொள்ளும் அளவுக்கு அவர்கள் தகுதியானவர்களா?

ஆப்கானிஸ்தானிலிருந்து சோவியத் யூனியன் திரும்பிச் சென்ற பின்பு தாலிபான்கள் உருவாவதற்கு பாகிஸ்தான் எவ்வளவோ உதவிகளை செய்துள்ளது என்பது உண்மை.

அச்சமயம் அமெரிக்கா ஆப்கானிஸ்தானை இரக்கமற்ற முறையில் கைவிட்டது. தாலிபான்கள் ஒரு சக்தியாக உருவெடுத்து வரும் சமயத்தில் அமெரிக்காவும் தாலிபான்களை ஏற்றுக் கொண்டது.

முற்றிலும் அழிக்கப்பட்ட ஒரு நாட்டுக்கு அமைதியையும் ஒற்றுமை யையும், பாதுகாப்பையும் இஸ்லாமிய கோட்பாடுகளின் அடிப் படையில் தாலிபான்கள் கொண்டு வருவார்கள் என்று பாகிஸ்தான் நம்பியது.

ஆனால், சமூக சீர்திருத்தங்களை செருப்புக் கால்களில் மிதித்து நசுக்கி அதனை எதிர்க்கின்ற மதவெறியர்களின் ஆர்வத்தின் அடிப்படையில் தாலிபான் இயக்கம் இயங்கியது. இந்தச் செய லானது அண்டை நாடான பாகிஸ்தானில் உள்ள பெரும்பான்மை யான மக்களின் முன்னேற்ற உணர்வுகளுக்கு எதிராக அமைந்து புயலை வீசியது.

நினைத்தது ஒன்று; நடந்தது ஒன்று. பாகிஸ்தான் தனது மேற்கு எல்லையில் வேறு புதியதொரு எதிரி உருவாகி விடுவதைத் தடுக்கும் எண்ணத்தில்தான் தாலிபான்களுக்கு ஆதரவு தந்தது.

தாலிபான்கள் பாகிஸ்தானின் எல்லையில் ஒரு மயான அமைதியைக் கொண்டு வந்து நிரந்தரத் தலைவலியாக உருவாகுவார்கள் என்று நினைக்கவில்லை.

அமெரிக்காவை ஆதரிப்பதால் நிச்சயம் பாகிஸ்தானின் கழுத்துக்கு தாலிபான்களின் ஆயுதம் தயாராக இருக்கும். தாலிபான்களை ஒழிக்காமல் அமெரிக்காவின் ஆதரவைப் பெற முடியாது.

பல ஆண்டுகளாக தாலிபன் அல்கொயிதா மற்றும் அவர்களுடைய

தோழமை தீவிரவாதிகளில் பாதிக்கப்பட்டு வருவதை முஷாரப் மனதுக்குள் பட்டியலிட்டுப் பார்த்துக் கொண்டார்.

இதற்கு முன்பிருந்த பாகிஸ்தானிய அரசுகள் மதத் தீவிரவாதக் குழுக்கள் மீது நடவடிக்கை எடுக்கத் தயங்கின. அரசியல் ஆதரவுக் காக ஜெனரல் ஜியா அவர்களுடன் நல்லுறவாக இருந்தார்.

நவாஸ் ஷெரீபு தாலிபான்களின் நம்பிக்கை நாயகராகவே இருந்தார். இப்போது நீங்கள் யார் பக்கம் என்ற கேள்வி முஷாரப்பை நோக்கி நிற்கிறது.

அமெரிக்காவோடு இணைவதில் பாகிஸ்தானுக்குள் எத்தகைய எதிர் வினைகள் உருவாகும் என்பதை அங்குலம் அங்குலமாக ஆலோசித்த போது எதிரும் புதிருமான நிலைப்பாட்டை அவரால் உணர முடிந்தது.

இந்நிலையில் அமெரிக்கா பதிலடிக்கான நடவடிக்கை வேக மெடுத்தது. பாகிஸ்தானுக்கான அமெரிக்கத் தூதர் வெண்டி சாம்பர்லைன் முஷாரப்பிடம் ஏழு கோரிக்கைகளை முன் வைத்தார்.

பாகிஸ்தான் எல்லைகளில் அல்கொயிதாவின் நடவடிக்கைகளை நிறுத்த வேண்டும். பாகிஸ்தான் வழியாக ஆயுதங்கள் கொண்டு போகப்படுவதைத் தடுத்து நிறுத்துவதுடன் பின்லேடனுக்கு கொடுக்கப்படும் அனைத்து ஆதரவையும் முடிவுக்குக் கொண்டு வர வேண்டும்.

எந்த நேரமும் பாகிஸ்தானில் அமெரிக்க விமானங்கள் இறங்குவ தற்கும் ராணுவம் மற்றும் உளவுத்துறை நடவடிக்கை நடத்துவ தற்கும் உரிமைகள் தரப்பட வேண்டும்.

பாகிஸ்தானில் எங்கு வேண்டுமானாலும் போய் பயங்கரவாதத்தில் ஈடுபட்டிருப்பவர்கள் மீதும் அவர்களுக்கு அடைக்கலம் கொடுப் பவர்கள் மீதும் நடவடிக்கை எடுக்க அனுமதி வேண்டும். பாகிஸ்தானின் கடல் படை, விமானப் படை மற்றும் எல்லைப் பகுதியில் ராணுவ எந்திரங்கள் அனைத்தையும் அமெரிக்கா பயன் படுத்திக் கொள்ள அனுமதிக்க வேண்டும்.

உளவுத்துறை குடியேற்ற விதிகள் பற்றிய தகவல்கள் தரவுகள் உள்நாட்டுப் பாதுகாப்பு பற்றிய தகவல்கள் ஆகியவற்றை அமெரிக்கா மற்றும் அதன் தோழமை நாடுகள் தங்கள் நாட்டின் தீவிரவாதச் செயல்கள் நடைபெறாமல் தடுக்கும் வகையில் உடனே தர வேண்டும்.

செப்டம்பர் 11 அன்று நடந்த பயங்கரவாதச் செயலைத் தொடர்ந்து பகிரங்கமாகக் கண்டித்துக் கொண்டே இருக்க வேண்டும்.

தாலிபானுக்கு எதிர்பொருள் அனுப்புவதை நிறுத்த வேண்டும். அதுபோல ஆப்கனுக்குச் செல்ல இருக்கும் தன்னார்வலர்களையும் தடுத்து நிறுத்த வேண்டும்.

அல்கொயிதாவையும் ஒசாமா பின்லேடனையும் ஒழிப்பதில் அமெரிக்காவுக்கு உறுதுணையாக இருக்க வேண்டும். அமெரிக்கா வின் நிபந்தனைகள் பல முஷாரப்புக்கு மிகவும் பைத்தியக்காரத்தன மாகத் தெரிந்தது.

செப்டம்பர் 11 இல் நடைபெற்ற சம்பவத்துக்கு ஒசாமாவும் அவருடைய அல்கொய்தாவும்தான் காரணம் என்று எப்படி கூற முடியும்? தாலிபன் அரசாங்கத்துடனான உறவை முற்றிலுமாக திடுதிப்பென்று எப்படித் துண்டித்துக் கொள்ள முடியும். அது நடைமுறையில் சாத்தியமற்றது.

பாகிஸ்தானின் ராணுவச் சொத்துகளுக்கு அபாயம் ஏற்படாத வகையில் எப்படி நாங்கள் அமெரிக்கப் போர் விமானங்களைத் தங்கு தடையின்றி பாகிஸ்தான் வானில் பறக்கவும் மண்ணில் இறங்கவும் அனுமதிக்க முடியும்?

முஷாரப் தன்னுடைய கருத்துக்களை கேபினட்டில் சொன்னார். எதிரும் புதிருமான பல கருத்துகள் அந்தக் கூட்டத்தில் எதிரொலித்தன.

ஆப்கனில் குண்டு போடப்பட்டால் அப்பாவி மக்கள் பலர் கொல்லப்படுவர் என்பதை பலர் அக்கறையுடன் பதிவு செய்தனர். முல்லா ஓமரிடம் பேசி, ஒசாமா பின்லேடனையும் அவரது உயர் மட்ட லெப்டினண்டுகளையும் ஆப்கனைவிட்டு வெளியேறும்படி கேட்கலாம் என ஆலோசிக்கப்பட்டது.

6. கார்கில் யுத்தமும் அரசியல் பழிவாங்கலும்

கார்கில் யுத்தத்தின்போது கார்கிலில் ஆப்கன் கூலிப்படைகளை ஊடுருவ விட்டு அவர்களுக்குத் துணையாக பர்வேஸ் முஷாரப் முதன் முதலில் அனுப்பியது. அந்த பஞ்சாபி இனத்தைச் சார்ந்த ராணுவ வீரர் குழுவைத் தான். பர்வேஸ் முஷாரப் மிக சாதுர்ய மாகச் செய்த செயலாக இது கருதப்படுகிறது.

ஊடுருவல் நடந்து போர் தொடங்கும் வரை பாகிஸ்தான் பிரதமர் நவாஸ் ஷெரீபுக்கு தெரியாது. இது உண்மையாக இருக்கும் பட்சத்தில் இது எத்தகையதொரு அவமானம் தரக்கூடிய நிகழ்வு? ஒரு பிரதமரின் அனுமதியைப் பெறாமல் ஒரு நாட்டின் ராணுவத் தளபதி போரைத் தொடங்குவது தேசிய அவமானம் அல்லவா? அதிலும், பிரதமர் நவாஸ் ஷெரீப் தகுதி மீறி யார் மீது நம்பிக்கை வைத்து பதவி அளித்தாரோ அவரே தன்னுடைய நெஞ்சுக்கு வெடி குண்டு வைத்தது நவாஸ் ஷெரீபை கூனிக் குறுகச் செய்துவிட்டது.

ஆனால், பாகிஸ்தானைப் பொறுத்தமட்டில் துணிந்து கம்பெடுத்து சுழற்றும் வீரனையே கதாநாயகனாகப் பார்க்கிறார்கள். எனவே, இந்தியாவை எதிர்த்து காஷ்மீருக்காக மீண்டும் ஒரு யுத்தம் நடத்தும் துணிவு முஷாரப்பிடம் வெளிப்பட்டதைக் கண்டு மிகுந்த எழுச்சி யோடு அவரது புகழை ஒரே இரவில் உலகெங்கும் கேட்க ஒலி பரப்பினார்கள்.

மெல்லவும் முடியாது விழுங்கவும் முடியாது முழித்துக் கொண்டிருந்த நவாஸ் ஷெரீப் நாட்டுப்பற்று மிக்கவர் என்பதை அறிவிக்க வேண்டு மென்றால் முஷாரப்பின் யுத்தச் சங்கை உடனடியாக ஆதரித்தாக வேண்டும். எனவே, வேறு வழியின்றி கை உயர்த்தி வாழ்த்து கோஷ மிட்டார் நவாஸ்.

உலக அரங்கில் இந்த நேரத்தில் எழுந்த இந்த கார்கில் யுத்தத்தில் பாகிஸ்தான் பிரதமர் நவாஸ் ஷெரீபுக்கு எத்தகைய பெயர் ஏற்படப் போகிறது என்பதை திரை மறைவில் நின்று யுத்தத்தை இயக்கிய முஷாரப்புக்கு நன்றாகத் தெரியும்.

கார்கில் யுத்தத்தில் பாகிஸ்தான் தோற்றால் நிச்சயம் நவாஸ் பதவி விலக வேண்டிய கட்டாயத்தை உருவாக்கிவிடலாம். ஒரு வேளை ஜெயித்தாலும் அந்த யுத்தத்தில் ஒரு துரும்பைக்கூட அசைக்காது தனக்கு சம்பந்தமில்லாத யுத்தமென்று புலம்பிக் கொண்டிருக்கும் நவாஸ் ஷெரீப் தேச நலனில் அக்கறையில்லாதவர் என்று காரணம் கூறி பதவி நீக்கிவிடலாம். எப்படிப் பார்த்தாலும் கார்கில் யுத்தம் நவாஸின் கழுத்துக்கு கத்திதான்.

இதில் பெரிய வேடிக்கை என்னவென்றால் பல கால தூரம் கடந்து போய் எங்கோ ஒரு மலை வாசஸ்தலத்தில் முகாம் அடித்து ரகசிய மாக உட்கார்ந்து கொண்டு கூலிப்படைகளை ஏவி பாகிஸ்தான் எல்லைக் கட்டுப்பாட்டுக் கோட்டைத் தாண்டி ஊடுருவ விட்டுக் கொண்டிருந்தார் முஷாரப் ஒருபுறம்.

மறுபுறம் இங்கே பாகிஸ்தான் பிரதமர் நவாஸ் ஷெரீபுக்கும் இந்தியப் பிரதமர் அடல் பிஹாரி வாஜ்பாய்க்கும் இடையே 1999ஆம் வருடம் பிப்ரவரி மாதம் 21ஆம் தேதி லாகூர் ஒப்பந்தம் அரங்கேறிக் கொண்டிருந்தது.

அந்த நேரத்தில் இரு தேசங்களுக்கும் இடையே மிகவும் சிறப்பு வாய்ந்த ஒப்பந்தமாக பதற்றத்தைத் தணிக்கும் விதமான சாரங்கள் அடங்கிய ஒப்பந்தமாகக் கருதப்பட்டது. ஏழு விதமான சாராம்சங் கள் கொண்ட அந்த லாகூர் ஒப்பந்தமானது.

காஷ்மீர் உள்ளிட்ட பல்வேறு பிரச்சனைகளுக்கு அரசியல் தீர்வு காண முயற்சி செய்வது, ஒருவர் அடுத்த நாட்டு உள் விவகாரங்களில் தலையிடாமல் இருப்பது இரு தரப்பு நிலைமையிலும் ஆராயக் கூடிய சீக்கிரம் அதிகாரிகள் மட்டத்தில் பேச்சு வார்த்தை தொடங்கு வது, சார்க் மாநாட்டுத் தீர்மானங்களை அமல்படுத்துவது, எல்லை தாண்டிய பயங்காரவாதத்தை தடுக்க முயற்சிகள் மேற்கொள்வது, மனித உரிமையைப் பாதுகாப்பது ஆகியவை பற்றியதாக இருந்தது.

அந்த ஏழு அம்ச தீர்மானங்கள் அடங்கிய லாகூர் ஒப்பந்தத்தில் கையெழுத்திட அடல் பிஹாரி வாஜ்பாய் பஸ் பயணம் புறப்பட்ட போது சர்வதேசமும் அந்த நேசமிக்க பயணத்துக்கு வாழ்த்துக் கரவொலி எழுப்பியது.

ஆனால், எங்கோ ஒரு மலைக்குகையில் இருந்து கொண்டு பாகிஸ்தானின் ராணுவ தளபதி அந்த லாகூர் ஒப்பந்தத்தை பாகிஸ்தான் ராணுவம் ஏற்காது என்று அறிவித்தார்.

சர்வதேசமும் அப்போதுதான் வியப்போடு பாகிஸ்தானை நோக்கி பார்வையை செலுத்தியது. பாகிஸ்தான் பிரதமர் நவாஸ் ஷெரிப் அந்தப் பார்வையில் சுக்குநூறாக உடைந்து நொறுங்கிப் போனார்.

பாகிஸ்தான் ராணுவம் முற்றிலும் தன்னுடைய கட்டுப்பாட்டை மீறி கார்கிலுக்குள் நுழைந்து விட்டதில் உறைந்து போனார் அவர்.

ஒரு பக்கம் இந்தியப் பிரதமரிடம் சமாதானப் பேச்சு நடத்தி குலாவிக் கொண்டே மறுபுறம் கார்கிலை நோக்கி படையெடுப்பு என்றால் எப்படி? அதுவும் இந்தப் படையெடுப்புக்கும் எனக்கும் சம்பந்தம் இல்லை எனக்குத் தெரியாமல் முஷாரப் நடத்தினார் என்று கூறவும் முடியவில்லை. கூறாமல் இருக்கவும் முடியவில்லை.

ஏப்ரல் முதல் வாரத்தில் பாகிஸ்தான் ராணுவமும் துணை ராணுவப் படையும் லஷ்கர் ஈதொய்பா உள்ளிட்ட தீவிரவாதக் குழுவின் உறுப்பினர்கள் அடங்கிய கூலிப்படையும் கார்கில் தேசிய நெடுஞ் சாலையை ஆக்கிரமித்திருந்தார்கள்.

அவர்கள் ஆக்கிரமித்திருந்த இந்த நெடுஞ்சாலை மிகவும் முக்கிய மான பிரதேசமாகக் கருதப்பட்டது. இங்கிருந்துதான் இந்திய ராணுவம் சியாச்சின் சிகரங்களுக்கு ஆட்களையோ, தகவலையோ கொண்டு செல்ல முடியும்.

ஆள் நடமாட்டமில்லாத அந்த மிக உயர்ந்த இடத்திலான சாலை யில் ரகசியமாக ஊடுருவிப் பரவி நின்று கொண்டு பாகிஸ்தான் ராணுவமும் கூலிப்படையும் அங்கிருந்து மெல்ல மெல்ல ஒவ்வொரு பகுதியாக ஆக்கிரமித்துக் கொண்டே செல்லத் திட்டமிட்டிருந்தனர்.

மிகப்பெரிய பொருள் இழப்புகளுக்கும் உயிர்ப் பலிக்கும் பிறகுதான் கார்கில் யுத்தம் ஒரு முடிவுக்கு வந்தது. இந்திய வீரர்களின் வீரமும் விவேகமும் தேசப்பற்றும் எத்தகையது என்பது உலகுக்கு மீண்டும் ஒரு முறை தெரிய வந்தது.

சர்வதேசமும் அச்சமயம் பாகிஸ்தானைக் கண்டிக்கத் தொடங்கியபோது பாகிஸ்தான் பிரதமர் நவாஸ் ஷெரீப் பாதுகாப்பு தேடி அவசரமாக அமெரிக்காவுக்கு ஓடினார்.

அமெரிக்க ஆதரவைப் பெரிதும் நம்பியிருந்த நவாஸ் ஷெரீபுக்கு அமெரிக்கா குட்டு வைத்தது.

அச்சமயம், அமெரிக்க அதிபராக இருந்த அதிபர் பில்கிளிண்டன் நவாஸிடம் கார்கில் ஊடுருவல் பற்றிய தன் கவலையையும் கடும் கண்டனத்தையும் தெரிவித்தார். கார்கில் விஷயத்தில் முழுத் தவறும் பாகிஸ்தானையே சாரும் என்று கிளிண்டன் அழுத்தம் திருத்தமாக கூறி விரட்டியடித்தார்.

கார்கிலிலிருந்து ராணுவத்தை வாபஸ் வாங்காவிட்டால் விபரீதம் நிகழும் என்ற அமெரிக்கா எச்சரித்தபோது முஷாரப்பும் ஆடிப் போய் விட்டார்.

ராணுவத் தளபதிக்கும் பிரதமருக்கும் உரசல் வந்தால் என்ன நேரும் என்பதை கண்கூடாகக் கண்டு நொந்து போனவர்கள் பாகிஸ்தானிய மக்கள்.

கார்கில் யுத்தத்தில் பாகிஸ்தான் பெற்ற தோல்வி உண்டாக்கிய வெறுப்பு பாகிஸ்தான் மக்களிடையே எரிந்து கொண்டிருந்தது. ராணுவத் தளபதி முஷாரப் ஆண்மையுடன் போர்க்களம் சென்ற தாகவும் பிரதமர் நவாஸ் ஷெரீப்தான் பயந்து கொண்டு போரி லிருந்து பின்வாங்கச் செய்துவிட்டார் என்று பரப்பப்பட்ட திட்ட மிட்ட பிரச்சாரம் மக்களை நன்றாகவே சென்றடைந்தது.

முஷாரப்பின் நயவஞ்சகத் திட்டம் நன்றாகவே பலித்து விட்டதை உணர்ந்த நவாஸ் ஷெரீப் தனது செல்வாக்கு முற்றிலுமாக சரிந்து விடட நிலையில் நிச்சயம் ராணுவம் தன்னை பதவி நீக்காது போனாலும் மக்கள் வீட்டுக்கு அனுப்பி விடுவார்கள் என்று நவாஸ் உணர்ந்தார்.

தன்னால் பதவியில் அமர்த்தப்பட்டு தனக்கே எமனாக அச்சுறுத்தி வரும் முஷாரப்பை எப்படியும் பழிவாங்கியே தீர வேண்டும் என ஒரு வெறி நவாஸ் ஷெரீப் மனதில் அலைந்தது.

அச்சமயம் முஷாரப் இலங்கைக்கு ஒரு ராணுவ நிகழ்ச்சியில் கலந்து கொள்ளுவதன் பொருட்டு அரசு முறைச் சுற்றுப்பயணம் மேற் கொண்டிருந்தார்.

அவர் திரும்பி வருமுன் அவரது பதவியைப் பறிக்க முடிவு செய்தார் நவாஸ். யாரையும் கலந்தாலோசிக்காமல் திடுதிப்பென்று பர்வேஸ் முஷாரப்பை ராணுவத் தளபதி பதவியிலிருந்து நீக்குவதாக அறிவித்துவிட்டு அப்போது ஐ.என்.ஐ.யின் டைரக்டர் ஜெனரலாக இருந்த க்வாஜா ஜியாவுதீன் என்பவரை ராணுவத் தளபதியாக்கினார் நவாஸ் ஷெரீப்.

ஆனால், நவாஸ் ஷெரீப், முஷாரப்பைப் பற்றி குறைத்து எடை போட்டு விட்டார். அவரை பதவி நீக்கிய மூன்றாவது நிமிடம் விஷயம் தெரிந்தது. இலங்கையிலிருந்தபடியே ராணுவ உயரதிகாரி களுக்கு சில உத்தரவுகளை கூறிவிட்டு இஸ்லாமாபாத்துக்கு மறு விமானத்தில் வந்திறங்கினார்.

முஷாரப்பின் மிக முக்கியமான நம்பிக்கைக்குரிய விசுவாசிகள் முஷாபர் உஸ்மானி, அஸீஸ் மெஹ்மூத் அஹமது ஆகிய மூன்று ராணுவ உயரதிகாரிகளும் முஷாரப்பின் கட்டளைப்படியே நவாஸ் ஷெரீப்பின் அலுவலகத்திற்குச் சென்று முற்றுகையிட்டு அவரை உடனடியாக ராணுவக் காவலில் எடுத்து விட்டனர்.

சத்தமின்றி நவாஸ் ஷெரீப் பதவி அகற்றப்பட்டு கைது செய்யப்பட்டு முஷாரப்பின் உத்தரவுகளுக்கு அந்த ராணுவ அதிகாரிகள் காத்திருந் தனர்.

இஸ்லாமாபாத்திலிருந்து இறங்கிய பர்வேஸ் முஷாரப் பொறுப்பு களை எடுத்துக் கொண்டு பாகிஸ்தானின் தலைமை ஆட்சியாளராக தன்னைப் பிரகடனம் செய்து கொண்டார்.

நவாஸ் ஷெரீப் மீது பல்வேறு வழக்குகள் தொடரப்பட்டு இறுதியில் மன்னிப்பளித்து சவுதி அரேபியாவுக்கு நாடு கடத்தப்பட்டார்.

7. விமானத்தை இறங்க விடாமல் தடுத்த நவாஸ் ஷெரீப்

பாகிஸ்தான் ராணுவத் தலைமை அதிகாரி பர்வேஸ் முஷாரப் அப்போது ஒரு பயணிகள் விமானத்தில் கொழும்பிலிருந்து வந்து கொண்டிருந்தார்.

பி.கே. 805 என்ற அந்த விமானம் ஒரு ஏர்பஸ். 198 பயணிகள் அதில் இருந்தனர். பெரும்பாலும் பள்ளிக் குழந்தைகள்.

1999 அக்டோபர் 12-ஆம் தேதி மாலை 6.55 மணிக்கு தரையிலிருந்து மேலேறிப் பறந்த விமானத்திலிருந்து பள்ளிக் குழந்தைகள் முஷாரப் புடன் படம் எடுத்துக் கொண்டும், ஆட்டோகிராஃபில் கையொப்பம் பெற்றுக் கொண்டும் இருந்தார்கள். முஷாரப்புக்கு குழந்தை களுடன் பொழுதுபோக்குவதில் அலாதிப் பிரியம்.

அச்சமயம் முஷாரப்பின் செயலர், விமானி உடனடியாக முஷாரப்பை அவரது அறைக்கு வரும்படி அழைப்பதாக பதட்டத் துடன் கூறினார்.

முஷாரப் என்ன தகவல் என விசாரித்தார். "எங்கள் விமானம் பாகிஸ்தானின் எந்த விமான நிலையத்திலும் ஓடுதளத்திலும் இறங்க அனுமதிக்கப்படவில்லை. உடனே பாகிஸ்தானின் வான எல்லையை விட்டு விலகி வேறு எங்காவது போய்விட வேண்டும் என்ற உத்தரவு வந்துள்ளது" என்று விமானி கூறினார்.

மேலும், 'விமான எரிபொருள் இன்னும் ஒரு மணி நேரம் பத்து நிமிடங்களுக்குத்தான் தாங்கும்' என்ற தகவலையும் அவர் கூறினார். முஷாரப் அந்தச் செய்தியைக் கேட்டு அதிர்ச்சியடைந்தார். விமானி சொன்னதற்கு ஒரு காரணமும் விளங்கவில்லை.

பயணிகளுக்கு இந்தச் செய்தி தெரிந்தால் பதட்டமடைவார்கள் என்பதால் முஷாரப் அதனை ரகசியமாக வைத்துக் கொள்ளும்படி கூறிவிட்டு, பாகிஸ்தானில் என்ன நடக்கிறது என்பதைத் தெரிந்து கொள்ள அவரது ராணுவச் செயலருக்கு உத்தரவிட்டார்.

ராணுவச் செயலர் கராச்சி கார்ப்பின் கமாண்டரைத் தொடர்பு

கொள்ள முடியவில்லை; சிக்னல் கிடைக்கவில்லை. முஷாரப் கடைசியாக விமானியின் அறைக்குள் சென்று கேப்டனிடம் "என்ன பிரச்சனை?" என்று கேட்டார்.

"கராச்சியில் இறங்க அனுமதி மறுப்பதற்கான காரணம் எதையும் வான் போக்குவரத்துக் கட்டுப்பாட்டு மையம் சொல்லவில்லை. பாகிஸ்தான் வான் எல்லைவிட்டு உடனடியாக வெளியேறி வெளி நாட்டில் எங்காவது இறங்கிக் கொள்ளுங்கள்'' என்று மட்டுமே எங்களுக்குத் தகவல் வந்தது.

கேப்டன் அதன்பின் மெல்லத் தயங்கியபடி, ''அய்யா இந்தப் பிரச்சனை உங்களை மையப்படுத்தியது என்று தோன்றுகிறது'' என்றார். அதனைக் கேட்ட முஷாரப் நெற்றியைச் சுருக்கினார்.

பாகிஸ்தான் அரசுக்கும் முஷாரப்பின் ராணுவத்துக்கும் இடையே தான் உரசல் இருந்து வருவது ஊருக்கே தெரியுமே. அந்த அடிப்படையில் கேப்டன் ஊகமாகக் கூறியதுவே உண்மை என்பது முஷாரப் புக்கு உறுதிப்பட்டது.

தனக்கு எதிராக பிரதமர் நவாஸ் ஷெரீப் கார்கில் பிரச்சனையினைத் தொட்டு செயல்பட்டுக் கொண்டிருக்கிறார் என்பது முஷாரப்புக்கு ஓரளவு தெரியும். அதற்காக பயணிகள் விமானத்தை பாகிஸ்தான் மண்ணில் இறங்க விடாமல் தடுப்பது எப்படி நியாயமாகும்?

அப்பாவி உயிர்களோடு நவாஸ் ஷெரீப் விளையாடும் ஆகாய விளையாட்டு முஷாரப்பை உலுக்கியது.

குறைந்த எரிபொருளே இருக்கும்போது இறங்கவிடாமல் ஏன் மறுக்கிறீர்கள் என்று வான் போக்குவரத்து கட்டுப்பாட்டு மையத் தோடு மறுபடியும் கேட்டுப் பார்க்கும்படி முஷாரப் கூறினார்.

திரும்பவும் அவர்கள் அதே பதிலைக் கூறியிருக்கிறார்கள். காரணத்தைக் கூறவில்லை. பாகிஸ்தானில் உள்ள எந்த விமான நிலையத்திலும் முஷாரப் விமானம் தரையிறங்க அனுமதிக்கக் கூடாது என்று அனைத்து விமான நிலையங்களுக்கும் சொல்லப் பட்டுள்ளதாக அவர்கள் தெரிவித்தார்கள்.

முஷாரப் யோசித்தார். கராச்சியை நோக்கி பறந்து கொண்டிருந்த விமானத்தில் உள்ள குறைந்த எரிபொருளைக் கொண்டு அருகில் இருக்கும் இந்தியாவைத் தவிர வேறு எங்கும் விமானத்தைத் தரையிறக்க முடியாது.

தங்களின் ஜென்ம எதிரியாக கருதப்படும் இந்தியாவுடன் மூன்று யுத்தங்கள் நடத்தப்பட்டுள்ளது. அங்கே போய் தரையிறங்கினால் எத்தனை பெரிய ஆபத்து அவமானம் என்று நினைத்தார் முஷாரப்.

பாகிஸ்தானின் ராணுவத் தலைமை அதிகாரி முஷாரப்பும், இணைத் தலைமைக் குழுவின் தலைவரும் பயணம் செய்யும் பாகிஸ்தானின் தேசிய விமானம் ஒன்றை, பாகிஸ்தான் மண்ணில் தரையிறங்க பாகிஸ்தான் அதிகாரிகளே மறுக்கிறார்கள் என்றால் மேலிடத்தி லிருந்து உத்தரவு வராமல் செய்ய முடியாது. பிரதமர் நவாஸ் ஷெரீபைத் தவிர வேறு எவருக்கும் இந்த உத்தரவை இட தகுதி யில்லை.

ராணுவத்துக்கு எதிரான பிரதமரின் இந்த திடீர் புரட்சி இந்தியா வுக்கு ஒரு விதத்தில் பெரும் வெற்றியாக அமைந்துவிடும் என்பது ஏன் நவாஸ் ஷெரீபுக்குத் தோன்றவில்லை? பாகிஸ்தான் ராணுவத் தின் தலைமை அதிகாரியை எதிரி நாட்டில் இறக்கி அவர்கள் கையில் ஒப்படைப்பது எவ்வளவு கேவலமான விஷயம் என்பது ஏன் பிரதமருக்குத் தோன்றவில்லை என்று முஷாரப் ஆச்சர்யப்பட்டார்.

''இந்தியாவில் அகமதாபாத்துக்கோ அல்லது ஓமனுக்கோ போகலாம். எரிபொருள் தீரும் முன் உடனடியாக முடிவெடுத்தாக வேண்டும்'' என்று விமானி விரைவுப்படுத்த முயன்றபோது "இந்தியாவுக்கு என்னுடைய பிணத்தோடுதான் போவீர்கள்" என்று ஆவேசத்துடன் கூறினார் முஷாரப்.

'ஒரு பயணிகள் விமானத்தைக் காரணமின்றி எப்படி திசை மாற்றி விட முடியும்?' என்ற கேள்விக்கு பதில் கேட்டு பிரதமரின் ராணுவச் செயலருக்கு தொலைபேசித் தகவல் சென்றது. நவாஸ் ஷெரீபுக்கும் கேள்வி போனது.

‘தரையிலிருந்த ஒருவரால் வானில் இருந்த ஒரு விமானம் கடத்தப்படுவது வரலாற்றில் இதுவே முதல் தடவை. அந்த மனிதர் சாதாரண மனிதரல்ல, பிரதமர். நாட்டு மக்களின் உயிரைப் பாது காக்கும் பொறுப்பை ஏற்றுக் கொண்டவர்’ என்று முஷாரப் கோபத்தின் உச்சிக்கே சென்று விட்டார்.

அதுபோல பதிலுக்குக் காத்திருந்த நேரத்தில் விமானம் வானத்தில் 21,000 அடிகள் உயரத்துக்குப் போய் விட்டது.

விமானி இப்போது முஷாரப்பிடம் ஒரு புதிய தகவலைக் கூறினார்.

“விமானம் வானத்தில் 21,000 அடிக்கு உயரத்திற்குச் சென்றதால் எரிபொருள் அதிகமாகச் செலவாகி விட்டது. இருக்கும் எரி பொருளைக் கொண்டு நாம் பாகிஸ்தானுக்குள்தான் இறங்க முடியும். வேறு எங்கும் போகும் அளவுக்கு எரிபொருள் இல்லை” என்றார்.

“நீங்கள் கராச்சியிலே இறக்குங்கள் விமானத்தை” என்றார் முஷாரப்.

“கராச்சியில் இறங்குவது முடியாத காரியம். ஏனென்றால் அப்படிச் செய்தால் நாம் தரையில் போய் மோத வேண்டி வரும்'' என்றார் கேப்டன்.

“கராச்சியின் வடக்குப் பக்கமாக 160 கி.மீ. தூரத்தில் பாலைவன மாகாணமான சிந்தில் இருந்த நவாப்ஜா என்ற சிறு நகரத்தில் இறங்கலாமா'' என்று கேப்டன் கேட்டார். முஷாரப் அதற்கு சம்மதம் தெரிவித்தார்.

நவாப் ஜாவுக்கு போய்க் கொண்டிருந்தபோது வான் கட்டுப் பாட்டுத் தளத்திலிருந்து அந்த விமானத்தை கராச்சியில் தரை யிறங்கும்படி அறிவுறுத்தல் வந்தது.

கராச்சி ராணுவப் பிரிவின் கமாண்டராக இருந்த மேஜர் ஜெனரல் மாலிக் இஃப்திகார் அலிகான் விமானத்தில் இருந்த வானொலி மூலம் தொடர்பு கொண்டார்.

முஷாரப் வானொலி மூலம் அவரிடம் “அங்கே என்ன பிரச்சனை?” என்று அதட்டலாகக் கேட்டார்.

"அய்யா இரண்டு மணி நேரத்துக்கு முன்பாக உங்களது பணி ஓய்வு அறிவிக்கப்பட்டது. லெப்டினண்ட் ஜெனரல் ஜியாவுதீன்பட் உங்கள் பதவியில் நியமிக்கப்பட்டு விட்டார். உங்கள் விமானத்தைத் திசை திருப்பி இங்கே இறங்க விடாமல் தடுக்கப் பார்த்தார்கள். ஆனால், ராணுவம் இப்போது விமான நிலையத்தைக் கைப்பற்றி யுள்ளது. விமான நிலையத்தின் கட்டுப்பாடும் எங்களிடம்தான் உள்ளது. நீங்கள் திரும்பி வாருங்கள். நேரில் பேசிக் கொள்ளலாம்" என்று தெரிவித்தார்.

கவலையுடன் இருந்த முஷாரப்பின் மனைவி சேபா 'என்ன நடந்தது' என்று கேட்டார். "நவாஸ் ஷெரீபுக்கு நான் உயிரோடு இருந்து அவரது சட்டத்துக்குப் புறம்பான செயல்களை எதிர்ப்பது பிடிக்க வில்லை. இதற்கு மேல் எனக்கு எதுவும் தெரியாது. நாம் இப்போது கராச்சியில் தரையிறங்கிக் கொண்டிருக்கிறோம்" என்று முஷாரப் கூறினார்.

ஏழே நிமிடத்துக்கான எரிபொருள் மட்டுமே விமானத்தில் மிச்ச மிருக்கும்போது விமானம் தரையிறக்கப்பட்டது.

மறைவிடத்திலிருந்து சுடப்பட்டு விடலாம் என்ற அச்சத்தில் முஷாரப்போடு பாதுகாப்புக்காக வந்த கமாண்டோக்கள் முஷாரப்பை வாயிலின் அருகில் செல்ல விடவில்லை.

திடுதிப்பென்று இப்படியொரு பதவி பறிக்கும் புரட்சியை நவாஸ் ஷெரீப் நிகழ்த்துவார் என்று முஷாரப் நினைக்கவில்லை.

நவாஸ் மிகவும் மோசமான முறையில் சட்டத்தைத் தவறாகப் பயன் படுத்தி முஷாரப்பை பதவி நீக்கம் செய்துவிட்டு அந்தப் பதவியில் மற்றொரு வரை அமர்த்தியிருப்பதை முஷாரப் ஜீரணித்துத்தான் ஆக வேண்டும்.

கார்கில் யுத்தம் தொடர்பாக முஷாரப்புக்கும் பிரதமர் நவாஸ் ஷெரிப்புக்கும் இடையில் இருந்த மன இறுக்கம் போர் நிறுத்தத் துக்குப் பின் முடிவுக்கு வந்துவிட்டதாக நினைத்தது தவறு.

நடந்த யுத்தத்தில் தனக்குப் பங்கு இல்லை என்று பொறுப்பைத் தட்டிக் கழிக்க முயன்ற அவரது முகமூடியை அம்பலப்படுத்தி

விட்டதில் நவாஸ் பட்ட காயம் ஆறவில்லை.

இந்தியா - பாகிஸ்தான் என இரு தேசங்களின் உணர்ச்சிகள் மையம் கொண்டிருந்த கார்கில் பகுதியில் நடந்த யுத்தம் தனக்குத் தெரியாமலே நடந்தது என்று உலக நாடுகளிடையே சிறு குழந்தை போல ஒரு நாட்டின் பிரதமர் கூறினால் அவர் பிரதமர் பதவிக்கே தகுதியற்றவர் என்றாகிறார்.

நவாஸ் ஷெரீப் தன் மீது உள்ள நம்பகத்தன்மையை இந்த விசயத்தில் முச்சந்தியில் போட்டு உடைத்து விட்டார்.

நவாஸ் ஷெரீபின் பதவி நீக்கப் புரட்சியை முறியடிக்கும் ஒரே நோக்கத்துடன் ராணுவத்தில் இருந்தவர் அனைவரும் இணைந்து செயல்பட்டுள்ளனர்.

நவாஸ் முஷாரப்பை ஒழிப்பதற்கு சரியான தருணத்துக்குக் காத் திருந்தார். அவரும், அவரது கூட்டாளிகளும், முஷாரப்பையும் மூத்த கமாண்டர்களையும் பதவி நீக்கம் செய்ய விரும்பினர் என்றாலும், வானத்தில் பறந்து கொண்டிருந்த நேரத்தைப் பயன்படுத்த அவர்கள் உத்தேசித்தது முஷாரப்புக்கு இன்னும் புரிபடாமலேயே உள்ளது.

மேலும், முஷாரப்பின் விமானம் தரையிறங்குவதற்கு முன்பு எந்தத் தகவல் தொடர்புகளும் அவருக்குக் கிடைக்காமல் செய்வதன் மூலம் அவருக்கு எதிரான புரட்சியை வெற்றிகரமாக முடித்து விடலாம் என்றும் சாதுர்யமாக எதிரிகள் நினைத்திருக்கிறார்கள்.

ஜெனரல் பர்வேஸ் முஷாரப் ராணுவத் தலைமை அதிகாரி என்ற பொறுப்பிலிருந்து நீக்கப்பட்டு விட்டார். அந்த பணியிடத்துக்கு ஜெனரல் ஜியாவுதீன் நியமிக்கப்பட்டு விட்டார் என்று உருதுத் தொலைக்காட்சியின் ஐந்து மணி செய்தியில் கூறப்பட்டது.

ஜியா எழுந்து சென்று அங்கிருந்த அனைவரிடமும் கைகுலுக்க, அவர் களுடைய வாழ்த்துக்களைப் பெற்றுக் கொண்டார். அந்தச் செய்தி காட்டுத்தீ போல பரவியதும் நவாஸ் ஷெரீப் ஆதரவாளர்கள் மகிழ்ச்சியில் துள்ளிக் குதித்தனர். அந்த ஒளிபரப்புக்குப் பின்னர் முஷாரப் பதவி நீக்கத்துக்கான உத்தரவை பாதுகாப்புச் செயலருக்கு அனுப்பினார் சயீத் மஹ்தி.

ராவல்பிண்டியில் இருந்த பாதுகாப்பு அமைச்சகத்துக்குச் சென்று அறிவிப்பை வெளியிடும்படி கூறினார். அப்போதுதான் முஷரப்பை நீக்கியதும், ஜியாவுதீனை நியமனம் செய்ததும் சட்ட ரீதியாகச் செல்லும்.

பாதுகாப்புச் செயலரின் கார் ராவல்பிண்டியை அடைந்தபோது பிரதமர் நவாஸ் ஷெரீபின் சகோதரர் ஷாபாஸிடமிருந்து பாது காப்புச் செயலருக்கு ஒரு அலைபேசி அழைப்பு வந்தது.

சில ராணுவ வீரர்கள் பிரதமரின் வீட்டுக்குப் போகும் வாசலை அடைத்து விட்டார்கள். அது எந்த ராணுவம் என்று ஷாபாஸ் கேட்டார்.

பாதுகாப்புச் செயலருக்குப் புரிந்துவிட்டது. பயந்தபடியே ராணுவம் எதிர் வினையாற்றத் துவங்கிவிட்டது என்பதை மனதில் இருத்திக் கொண்டு பாகிஸ்தானில் ஒரே ஒரு ராணுவம்தான் இருக்கிறது என்று பதில் தெரிவித்தார்.

ஏற்கனவே எதிர்பார்த்ததுதான் ராணுவத்தின் மதிப்பை குறைக்கும் வண்ணம் அதன் மீது குதிரை ஏறி விளையாடுவதுபோல தொடர்ந்து நவாஸ் ஷெரீப்பின் நடவடிக்கையில் வெகுண்டு போன ராணுவம் தொலைக்காட்சி செய்தி அறிந்த மறுகணமே எதிர்வினையாற்றத் தொடங்கிவிட்டது.

தகவல் ஒளிபரப்பான மூன்றரை மணி நேரத்தில் ராவல்பிண்டி கார்ப்ஸ் கமாண்டர் லெப்டினண்ட் ஜெனரல் மஹ்முத் அஹ்மத் பிரதமர் நவாஸ் ஷெரீபின் வீட்டுக்குச் சென்று அவரை கைது செய்து அழைத்து வந்து விட்டது. அப்போது சரியாக இரவு 8.30 மணி.

கராச்சி, இஸ்லாமாத், லாகூர் எல்லா இடங்களிலும் ராணுவத் தினரின் எதிர் புரட்சி தீயாகத் தகித்தது. அலுவலகங்கள், கடைகள் எல்லாம் அடைக்கப்பட்டன.

அந்த எதிர்ப் புரட்சியில் முழுமையாக தங்களை அர்ப்பணித்துக் கொண்டவர்கள் முஷாரப்பின் விசுவாசிகளான அஜீஸ்கான், மஹ்மூத், ஷாஹித் அஜீஸ் ஆகியோர். நவாஸ் ஷெரீபின் புரட்சி தோற்கடிக்கப்பட வேண்டும் என்பதில் மிகத்தீவிரமாக எதிர்

புரட்சியை தலைமையேற்று நடத்தினர். இவர்கள் அனைவரும் முஷாரப்பால் ராணுவத்தில் நியமிக்கப்பட்டவர்கள் மட்டுமல்ல முஷாரப்பின் தீவிர விசுவாச நண்பர்கள்.

எதிர்ப்புரட்சி நடவடிக்கைகள் துரிதமாக இவர்களால் நடத்தப் பட்டது. பிரதமர் மற்றும் ஜனாதிபதியின் வீடுகளின் பாதுகாப்பு ஏற்பாடுகளைப் பார்த்துக் கொள்வதற்கு உத்தரவிடப்பட்டது.

தொலைக்காட்சி மற்றும் வானொலி நிலையங்களையும் கைப் பற்றிக் கொள்ள உத்தரவிடப்பட்டது.

எதிர்ப்புரட்சிக்குப் பின் ஒரு வழியாக ஆட்சிப் பொறுப்பு பர்வேஸ் முஷாரப் கைக்கு வந்து சேர்ந்தது.

8. பர்வேஸ் முஷாரப்பின் இரட்டை வேடம்

வன்முறையினால் பெறப்பட்ட ஒன்றைத் தொடர்ந்து தக்க வைத்துக் கொண்டிருக்க இயலாது என தேசப்பிதா காந்தி கூறியது, பாகிஸ்தானில் முஷாரப்பின் விலகல் மூலமாக மீண்டும் நிரூபிக்கப் பட்டுள்ளது.

பாகிஸ்தானில் முஷாரப்பின் தொடக்கம் மோசமான தொடக்க மாகவே இருந்தது. கார்கில் போரை நவாஸ் ஷெரீபுக்குத் தெரியாம லேயே படைத்தளபதி என்ற பெயரில் முஷாரப் முன்னிலைப் படுத்தினார்.

இது அண்டை நாடான இந்தியாவுடனான பாகிஸ்தான் நிலையை கேள்விக்குறியாக மாற்றியது. வேண்டாத விருந்தாளியாக முஷாரப்பை பாகிஸ்தானும், அண்டை நாடுகளும் உலக நாடுகளும் கருதின.

மோசமான தொடக்கத்தின் மூலமாக உள்ளே வந்த முஷாரப் மோசமான நிலையில் வெளியேறியுள்ளார். முஷாரப்பின் வெளி யேறுதல் ஓர் ஆண்டிற்கு முன்னரே யூகங்களாக வெளிவரத் தொடங்கி விட்டது.

பாகிஸ்தானில் ஒசாமா பின்லேடன் ஒளிந்து இருப்பதாக அமெரிக்காவின் உளவுத்துறை தகவல்கள் வெளிவந்த உடனேயே முஷாரப்பின் இரட்டை நிலை நீடிக்காது என அரசியல் விமர்சகர்கள் கருதினர்.

லாகூருக்குக் கிளம்பிய பஸ் கார்கிலில் போய் நின்ற அவலம், ஆக்ரா பிரகடனத்தின் அவசரக் கோலம் போன்றவை முஷாரப்பின் அவசரத் தன்மையைக் காட்டின.

எனினும், பின்னாளில் காஷ்மீரில் சண்டை நிறுத்தத்தில் அவர் கவனம் செலுத்தினார். இதனால் ஒரு நம்பிக்கையை உருவாக்கினார்.

ஸ்ரீநகருக்கும், முசாராபாத்துக்கும் இடையே பஸ் போக்குவரத்தில் தனி அக்கறை காட்டினார். ராணுவ அதிகாரி என்ற முறையில் நிர்வாகத்தில் நேரிடையாக செயல்பட்டார்.

படைத்தளபதியாக இவர் இருந்தபோது விமானத்தில் ஏழு நிமிடங்களுக்கான எரிபொருள் மட்டுமே மிச்சம் இருக்கின்ற நிலையில் கராச்சியில் முஷாரப்பின் விமானம் தரை இறக்கப்பட்ட சம்பவம் முஷாரப்பின் துணிச்சலைக் காட்டியது.

பாகிஸ்தான் வரலாற்றில் முஷாரப்பை போன்ற சாதுர்யமான துணிச்சல்வாதி இதுவரை இல்லை என அரசியல் விமர்சகர்கள் கருதுகின்றனர்.

பாதுகாப்புத் துறையில் இருந்த இவர் ரகசிய ராணுவப் புரட்சிக்கு திட்டமிட்டு ஆட்சிக் கட்டிலில் ஏறியதுபோல, இவரது ஆட்சியிலும் இவருக்கு எதிரான ஆலோசனைகள் பாகிஸ்தான் ராணுவத் துறையில் நடைபெற்றது. வினை விதைத்தவர் வினையை அறுத்தார்.

இந்தியாவுக்கும் பாகிஸ்தானுக்கும் இடையேயான உறவில் முஷாரப்பின் வெளியேற்றம் எந்த அதிர்வையும் ஏற்படுத்தாது. எனினும், அண்டை நாடான பாகிஸ்தான் அமெரிக்காவின் கைப் பிடிக்குள் அதிகம் வந்து விட்டது என்பதே முஷாரப்பின் வெளியேற்றம் தரும் செய்தியாக இருந்தது இந்தியாவுக்கு.

9. ராணுவப் புரட்சி மூலம் பெற்ற ஆட்சி

பாகிஸ்தானில் 1999ஆம் ஆண்டு ராணுவப் புரட்சி மூலம் ஆட்சியைப் பிடித்து அதன்பின் அதிபரானவர் முஷாரப்.

கடந்த 1999 அக்டோபர் 12-ஆம் தேதி பாகிஸ்தான் வரலாற்றில் மறக்க முடியாத நாள். அன்றுதான் பிரதமராக இரந்த நவாஸ் ஷெரீப் தூக்கியெறியப்பட்டு ராணுவ ஜெனரலாக இருந்த பர்வேஸ் முஷாரப் அதிபரானார்.

நவாஸ் ஷெரீபை பதவியிலிருந்து தூக்கி எறிய முஷாரப்புக்கு தேவைப்பட்டது பதினேழு மணி நேரமே. அந்த நேரம் மிகுந்த பரபரப்பாக இருந்தது.

1999 அக்டோபர் 12-ஆம் தேதி ஒரு கூட்டத்தில் கலந்து கொள்வதற் காக ராணுவத் தளபதி முஷாரப் இலங்கை சென்றிருந்தார்.

இதே நாளில் இஸ்லாமாபாத்தில் பாகிஸ்தான் பிரதமர் நவாஸ் ஷெரீப் மற்றும் ஐ.என்.ஐ. தலைவர் ஜியாவுதினும் ஒரு ரகசிய சந்திப்பில் முஷாரப்பை பதவியிலிருந்து நீக்க வேண்டும் என்று முடிவு செய்தனர்.

முஷாரப்புக்கு ஓய்வு வழங்கப்படுவதாகவும் அவருக்குப் பதிலாக ஜியாவுதீன் ராணுவத் தளபதியாக நியமிக்கப்படுவதாக அறிவிக்கப் பட்டது.

இதற்குப் பதிலடி வழங்கும் விதமாக உடனே கொழும்பு விமான நிலையத்துக்கு விரைந்த முஷாரப் புறப்படவிருந்த கராச்சி விமானத்தில் ஏறினார்.

இதற்கிடையில் முஷாரப்புக்கு ஆதரவான ராணுவ அதிகாரிகள் ராவல் பிண்டியில் இருந்த படையினரை இஸ்லாமாபாத் நோக்கி அனுப்பினர்.

பிரதமர் நவாஸ் இல்லத்தில் பிற்பகலில் நடந்த முறைப்படியான ஒரு விழாவில் ராணுவ தளபதியாக ஜியாவுதீனை நியமித்தார்.

ஆனால், ஜியாவுதீனுக்கு துவக்கமே முட்டுக்கட்டைகளாக இருந்தன. எந்த அதிகாரியும் அவரது உத்தரவை செயல்படுத்த வில்லை. ஏதோ நடக்கப் போகிறது என்பதை உணர்ந்து கொண்ட நவாஸும், ஜியாவுதீனும் இலங்கையிலிருந்து முஷாரப் திரும்பி வருவதை அனுமதிக்கக் கூடாது என்று முடிவு செய்தனர்.

மாலை 4 மணியளவில் முஷாரப் ஓய்வு பெற்று விட்டார் என்று முறைப்படி அறிவிக்கப்பட்டது.

மாலை 6.30 மணிக்கு முஷாரப் வந்த விமானம் கராச்சி விமான நிலையத்தில் தரையிறங்க அனுமதி கேட்டது. அப்போது ஏர் டிராபிக் கண்ட்ரோல் அறையிலிருந்து அதற்கு மறுப்பு தெரிவிக்கப் பட்டது.

முஷாரப் உடன் ஏறத்தாழ 200 பயணிகள் விமானத்தில் இருந்தனர்.

சிந்து மாகாணத்தில் நவாப்ஷா ஏர்போர்ட்டில் விமானம் தரை யிறங்கும்படி ஏர்போர்ட் அதிகாரிகள் உத்தரவிட்டனர். அங்கு பிரதமர் நவாஸ் அனுப்பிய விமானம் தயாராக இருந்தது.

முஷாரப் கைது செய்யப்பட்டுக் கொண்டு வரவும் ரகசிய ஏற்பாடு செய்யப்பட்டிருந்தது. விஷயம் கட்டுப்பாட்டுக்கு அப்பால் செல்லப் போவதை உணர்ந்த முஷாரப், கராச்சியைவிட்டு அகல வேண்டாம் அங்கே வட்டமிட வேண்டும் என்ற முஷாரப் விமானிக்கு உத்தர விட்டார். இதற்கிடையில் விமானத்திலிருந்து எரிபொருள் குறைந்து கொண்டே வந்தது.

இதன்பின் 111வது பிரிகேட் 10வது கார்ப் பிரிவைச் சேர்ந்த படையினர் இஸ்லாமாபாத்தை நோக்கி விரைந்தனர்.

இஸ்லாமாபாத்தின் தெருவெங்கும் படையினர் நிறுத்தப்பட்டனர். 111வது பிரிகேட் இஸ்லாமாபாத் டிவி நிலையத்தை மூடினர்.

விமானத்திலிருந்து ஏர்போர்ட், ஏர்டிராபிக் கண்ட்ரோல் அதிகாரி களிடம் நேரடியாக முஷாரப் பேசினார். ஆனால், அதற்கு அதிகாரிகள் மறுப்பு தெரிவித்து விட்டனர்.

நவாஸ் இல்லத்தில் பாதுகாப்புக்கு இருந்த வீரர்களின் ஆயுதங் களைப் பறிமுதல் செய்து முஷாரப் ஆதரவு ராணுவ வீரர்கள் நவாஸை வீட்டுச் சிறைப்படுத்தினர்.

ஏர்போர்ட்டுக்கு மீண்டும் முஷாரப் பேசியபோது அவரது ஆதரவு ராணுவப் படையினர் உள்ளே புகுந்துவிட்டதால் விமானம் தரை யிறங்க அனுமதிக்கப்பட்டது. இரவு 7 மணி 49 நிமிடத்துக்கு விமானம் தரையிறங்கியது.

அதன்பின் ஏழு நிமிடங்களில் மட்டுமே பறப்பதற்கு தேவையான எரிபொருளே அந்த விமானத்திலிருந்ததாக முஷாரப் பின்னர் தெரிவித்தார்.

நவாஸ் இல்லத்தில் முஷாரப் ஆதரவு ராணுவத்தினர் முஷாரப்பின் பதவி நீக்க உத்தரவைத் திரும்பப் பெறுமாறு நவாஸிடம் வலி யுறுத்தியபோதும் ராஜினாமா செய்யும்படி கூறியபோதும் மறுத்து விட்டார்.

இதனால் ஏர்போர்ட் அருகேயுள்ள விருந்தினர் மாளிகைக்கு நவாஸ் அழைத்து செல்லப்பட்டார். அவரது அமைச்சர்களும் ராணுவத்தின் பிடியின் கீழ் வந்தனர்.

எல்லா மாகாணங்களிலும் உள்ள அரசு நிர்வாகம் ராணுவ பாது காப்பின் கீழ் வந்தன. முஷாரப் ஏர்போர்ட்டிலிருந்து வெளியேறும் போதே ஆட்சி கவிழ்க்கப்பட்டு ராணுவ ஆட்சி நிலைநாட்டப் பட்டுள்ளதாக முஷாரப்புக்கு ஒவ்வொரு அதிகாரியாக தகவல் அளித்தனர்.

இரவு 10.15க்கு பாகிஸ்தான் டி.வி. மீண்டும் செயல்படத் தொடங் கியது. மறுநாள் அதிகாலை 2.50க்கு டி.வி.யில் நாட்டு மக்களுக்கு முஷாரப் உரையாற்றியபோது நவாஸ் ஆட்சி முடிவுக்கு வந்து விட்டதாக அறிவித்தார்.

அதன்பின் ஏறத்தாழ ஒன்பது ஆண்டுகள் பதவியிலிருந்த முஷாரப் மீது கண்டனத் தீர்மானம் கொண்டு வருவதில் நவாஸ் ஷெரீப் முக்கியப் பங்கு வகித்தார்.

அவரால் பதவியிழந்து விட்ட முஷாரப் வாழ்க்கையில் வரலாறு திரும்பி விட்டது.

நவாஸ் ஷெரீபின் ஆட்சி கவிழ்ப்புக்கு பாகிஸ்தானின் சுப்ரீம் கோர்ட் மே 13, 2000ல் ஒப்புதல் அளித்தது.

விமானக் கடத்தல் மற்றும் ஊழல் குற்றச்சாட்டுகளில் சிறையில் அடைக்கப்பட்டிருந்த நவாஸுக்கு டிசம்பர் 2000 இல் விடுதலை கிடைத்தது. பத்து ஆண்டுகளுக்கு பாகிஸ்தான் திரும்பக்கூடாது என நவாஸ் சவுதி அரேபியாவுக்கு நாடு கடத்தப்பட்டார்.

2001 ஜூன் 20ல் பாகிஸ்தான் அதிபர் முகமது ரபீக் தரார் ராஜினாமா செய்ய முஷாரப் அதிபரானார்.

10. முஷாரப் - நவாஸ் ஷெரீப் மோதல் போக்கு

பர்வேஸ் முஷாரப்பை நவாஸ் ஷெரீப் விரும்பி அழைத்து ராணுவத் தலைமை அதிகாரியாக ஆக்கியிருந்தார். ஆனால், முஷாரப்பால் அந்தப் பதவியில் ஓராண்டுதான் பணியாற்ற முடிந்தது.

பதவி அலங்காரம் செய்த அவரது பதவிக்கே உலை வைக்கும்படி யாக எதிர்வினையாற்ற வேண்டிய சூழ்நிலைகள் பர்வேஸ் முஷாரப்புக்கு ஏற்பட்டு விட்டது.

துவக்கத்திலேயே முஷாரப்புக்கு உடன்பாடில்லாத சில காரியங் களால் நவாஸ் ஷெரீபுடன் முரண்பட்டிருந்தார் அவர்.

தேசத்துரோக குற்றத்துக்காக ஒரு பத்திரிகையாளருக்கு எதிராக ராணுவ நீதிமன்ற நடவடிக்கையை எடுக்கச் சொல்லி முஷாரப்பை நவாஸ் வற்புறுத்தியது இரண்டு மேஜர் ஜெனரல்களை நீக்கியது. இரண்டு லெப்டினண்ட் ஜெனரல்களை நியமனம் செய்தது போன்ற வற்றால் முஷாரப் சற்று மனஉளைச்சலில் இருந்தார்.

எல்லாவற்றைக் காட்டிலும் கார்கில் போர் முஷாரப்புக்கு மிகுந்த மன அழுத்தத்தை ஏற்படுத்தியது எனலாம்.

கார்கில் போரைத் தொடர்ந்து 1999 ஜூலை 4-ஆம் தேதி திடீரென்று வாஷிங்டனில் அதிபர் பில்கிளிண்டன் முன்னிலையில் நவாஸ் ஷெரீப் முற்றிலுமாக சரணடைந்தது, முஷாரப்புக்கு பிரதமருக்குமிடையே உறவில் பெரும் விரிசலை ஏற்படுத்தியது.

இந்தியாவோடு இதற்கு முன் நடந்த யுத்தங்களை ஒப்பிடும்போது கார்கில் யுத்தம் தீவிரமானதும் நீளமானதும் ஆகும்.

இந்தியர்கள் காலாட்படையும், பீரங்கிப் படையும் தேவைக்கு அதிக மாகவே குவிக்கப்பட்டு இருந்தனர். காஷ்மீர் பிரச்சனைக்குத் தீர்வு காணும் திசையில் இதுவரை என்னவெல்லாம் நடந்துள்ளனவோ அதில் கார்கில் யுத்தத்தின் பங்கு பெருமளவில் உள்ளது என்று முஷாரப் கூறினார்.

கார்கில் யுத்தத்தில் மிகப்பெரிய வெற்றியினை இந்தியா பெற்றது என்பது மிகைப்படுத்தப்பட்ட கட்டுக்கதை என்பது முஷாரப் கருத்தாக இருந்தது.

●

இந்திய படையினரால் பாகிஸ்தான் ராணுவத்தை பலவீனப்படுத்தி விட முடியாது என்ற உறுதிப்பாடு இருந்து வந்த நிலையில் ‘நாம் போர் நிறுத்த ஒப்பந்தத்துக்கு சம்மதித்து படைகளை வாபஸ் பெற்றுக் கொள்ளலாமா’ என்று பிரதமர் பல முறை கேட்டபோதும் முஷாரப் ராணுவ பலத்தைக் கூறியதுடன் முடிவுகளை பிரதமரே எடுத்துக் கொள்ளட்டும் என்று விட்டுவிட்டார்.

இறுதி முடிவை எடுக்க 1999 ஜூலை 5 அன்று மறுபடியும் கூடுவதாக தீர்மானிக்கப்பட்டது.

அந்த வார இறுதியில் தன்னுடைய மன அழுத்தத்தை குறைக்கலாம் என்று கருதி முஷாரப் தனது குடும்பத்தாருடனும், நண்பர்களுடனும் இருந்த ஒரு மலைப்பகுதி ஓய்விடத்துக்கு சென்றிருந்தார்.

ஜூலை 3 சனிக்கிழமை இரவு ஒன்பது மணி அளவில் பிரதமர் நவாஸ் ஷெரீபு அவரை தொலைபேசியில் தொடர்பு கொண்டு அமெரிக்கா சென்று கொண்டிருக்கும் அவரை இஸ்லாமாபாத் விமான நிலையத்தில் உடனே சந்திக்க வலியுறுத்தினார்.

போர் நிறுத்த முடிவுகளை எடுக்க நவாஸ் ஷெரீபு ஏன் இத்தனை அவசரப்படுகிறார் என்பது முஷாரப்புக்கு மர்மமாக இருந்தது. அந்த இரவிலேயே ராணுவ அதிகாரிகளுடன் முஷாரப் தொடர்பு கொண்டு ஆலோசித்தபோது ராணுவச் சூழ்நிலை பாகிஸ்தானுக்கு சாதகமாகவே இருப்பது தெரிவிக்கப்பட்டது. இதனை பிரதமருக்கு தெரிவித்து முடிவு எடுப்பதை அவரிடமே முஷாரப் விட்டு விட்டார். சர்வதேச வற்புறுத்தல்கள் பிரதமர் நவாஸ் ஷெரீபின் தைரியத்தைக் குலைப்பதாக இருந்தன.

ஜூலை 4ஆம் தேதி போர் நிறுத்தம் அறிவிக்கப்பட்டது. நவாஸ் ஷெரீபு அமெரிக்க அதிபர் பில்கிளிண்டன் இருவரும் நடத்திய பேச்சு வார்த்தையில் இந்த முடிவு எடுக்கப்பட்டது.

எந்த நிபந்தனையுமின்றி படைகளை வாபஸ் பெற்றுக் கொள்ள நவாஸ் ஷெரீப் ஒப்புக் கொண்டார். பாகிஸ்தான் ராணுவச் சூழ்நிலை பற்றி பரவலாக தவறாகப் புரிந்து கொள்ளப்பட்டதாக முஷாரப் கருதினார். அரசியல் தலைவர்களைக் கலக்காமலேயே பாகிஸ்தான் ராணுவம் செயல்பட்டதாக குற்றம் சாட்டப்பட்டது.

இத்தகைய குற்றச்சாட்டு முஷாரப்புக்கு மிகப் பெரிய சவாலாகவும் மன அழுத்தம் தரக் கூடியதாகவும் இருந்தது. வேண்டுமென்றே தாக்குதல் நடத்தும் எதுவும் தங்களிடம் கிடையாது என்பதை வலியுறுத்தினார்கள்.

கட்டுப்பாட்டு எல்லைக் கோட்டுக்குள் இருக்கும் ஆண்கள் இல்லாத இடைவெளிகளை நிரப்புவ எந்த ஒப்பந்தத்தையும் முறிக்கும் செயல் அல்ல. அது உள்ளூர் கமாண்டர்களின் அதிகார வரம்புக்குள் இருப்பதுதான் என்று பிரதமரிடம் ராணுவம் விரிவாக விளக்கியது.

ஆனால் ராணுவம் செய்யும் தடுப்பு நடவடிக்கைகள் அனைத்தும் இந்தியாவின் பக்கமிருந்து செய்யப்படுகின்ற காரியங்களுக்கான எதிர்வினையாக இருக்கும் என்று கூறப்பட்டது.

சண்டையின்போது பாகிஸ்தான் ராணுவத்தின் நிலைமை அபாயகரமானதாக இருந்தது என்றும் அதனால் ராணுவத்தைக் காப்பாற்ற பாகிஸ்தான் பிரதமர் வாஷிங்டனுக்கு சென்றார் என்றும் பிரதமர் தரப்பில் கூறப்பட்ட விளக்கம் ராணுவம் நம்பத் தயாராயில்லை.

கார்கில் மற்றும் ட்ராஸ் பகுதிகளில் பாகிஸ்தான் ராணுவத்தின் தற்காப்பு நிலைகளுக்கு இடையே பெரும் இடைவெளி இருந்தது. அனைப் பயன்படுத்தி இந்தியப் படையினரால் எல்லைக்கோட்டின் பல இடங்களில் ஊடுருவ முடிந்தது.

மே 2ஆம் தேதி இந்தியத் துருப்புகள் பாகிஸ்தான் ஷியாக் பகுதிக்குள் நுழைந்து தாக்கியபோது தான் இந்தியா பாகிஸ்தானுக்கு இடையே யான முதல் மோதல் நடந்தது. மே 7 ஆம் தேதி பாகிஸ்தானியர்களுக்கும், இந்தியர்களுக்குமிடையே இரண்டாவது போர் பட்டாலிக் பகுதியில் நடைபெற்றது.

1999 மே 10 ஆம் தேதி பாகிஸ்தான் வீரர்களுடன் மற்றொரு மோதல் ட்ராஸ் பகுதியில் நடந்தபோது இந்திய ஹைகமாண்டில் எச்சரிக்கை மணிகள் ஒலிக்க ஆரம்பித்தன.

இந்தியா கடுமையான எதிர்வினையாக விமானப் படையைக் கொண்டு வந்தது. பாகிஸ்தான் ராணுவம் இருந்த இடம் வரை வந்து அவர்களது நிலைகளின் மீது குண்டுகள் வீசித் தாக்குதல் நடத்தியது. இதனால் பாகிஸ்தான் நிலப்பரப்பின் மீது பறந்த இந்திய ஹெலிகாப்டர் ஒன்றையும் ஜெட் போர் விமானங்கள் இரண்டையும் சுட்டு வீழ்த்த வேண்டியதாயிற்று.

மே மாதம் முழுவதும் இந்தியப் படையினரின் பலம் அதிகரித்துக் கொண்டே இருந்தது. கூடுதல் படைகளை காஷ்மீருக்குள் அனுப்புவதன் மூலம் பிற இடங்களில் பாகிஸ்தானைத் தாக்கும் திறன் இந்தியாவுக்கு குறைந்தது.

11. அரசியல் சதுரங்க விளையாட்டு

நவாஸ் ஷெரீபின் பதவி நீக்கப் புரட்சிக்கான ராணுவத்தின் எதிர் புரட்சியை, ராணுவத்தை ஒரு பிரதமர் அவமானப்படுத்தி யதற்கான எதிர்வினையாக மட்டும் பார்க்கக்கூடாது.

பாகிஸ்தானின் அரசியல் சமூக பொருளாதார நிலைமைகள் அதள பாதாளத்தில் வீழ்ந்ததற்கான எதிர்வினையாகவும்தான் பார்க்க வேண்டும்.

நவாஸ் ஷெரீபின் ஆட்சியில் பொருளாதார வளர்ச்சி ஸ்தம்பித்துப் போயிருந்தது. பதினைந்தாவது அரசியல் அமைப்புச் சட்டத் திருத்தத்தின் மூலம் நவாஸ் ஷெரீப் மதம் சாராத மற்றும் மதம் சார்ந்த அனைத்து அதிகாரங்களையும் தன்னிடம் பிடுங்கி வைத்துக் கொண்டு ஆட்சி புரிந்தார்.

1947 ஆகஸ்டு 14 அன்று பாகிஸ்தான் பிறந்ததிலிருந்தே ஜனநாயகம் என்பது பாகிஸ்தானுக்கு கிடைக்கவே இல்லை என்பது வருந்துவதற் குரிய உண்மை.

ஜனநாயக அமைப்புகள் என்று சொல்லத்தக்க அமைப்புகள் இந்த உலகில் பல உள்ளன. ஒரு நாட்டின் அமைப்பைப் பிடுங்கி இன்னொரு நாட்டில் நடுவது பலனளிக்காது என்பது பாகிஸ்தானிலும் தெளிவாக நிரூபணமாகி உள்ளது. அந்தந்த நாட்டில நிலவும் தனித்தன்மை வாய்ந்த சூழ்நிலைகளுக்கேற்ப ஜனநாயகம் உருவாக்கப்பட வேண்டும். அப்போதுதான் அது செயல்படும் ஜனநாயகமாக விளங்கும்.

வழக்கத்திற்கு மாறான சூழ்நிலையில் பாகிஸ்தான் நாட்டின் அதிகாரத்தை 1999 அக்டோபர் 17ல் கையிலெடுத்துக் கொண்ட முஷாரப் பாகிஸ்தானுக்கான ஏழு அம்சத் திட்டம் ஒன்றை உருவாக்கினார்.

தேசத்துக்கு நம்பிக்கையையும் துணிச்சலையும் மீண்டும் கொண்டு வருதல், கூட்டாட்சி முறையை பலப்படுத்தி மாகாணங்களுக்கு இடையே இருக்கும் பிணக்குகளைப் போக்கி தேச ஒற்றுமையை மீண்டும் கொண்டு வருதல், பொருளாதாரத்துக்கு மறு உயிர் கொடுத்து, முதலீட்டாளர்களின் நம்பிக்கையை மீண்டும் பெறுதல், சட்டம் ஒழுங்கை நிலைநாட்டி தாமதமின்றி நீதி கிடைக்க வழி செய்தல், அரசு அமைப்புகளை அரசியலின் பிடியிலிருந்து விடுவித்தல், அடித்தள மக்களுக்கு அதிகாரத்தைப் பிரித்துக் கொடுப்பது, அதிகார வர்க்கத்தினர் அனைவரிடமும் கடமை உணர்ச்சியை விரைவாகக் கொண்டு வருதல் என்ற ஏழு அம்சத் திட்டம் முஷாரப் கவனம் செலுத்திட எல்லோருக்கும் அறைகூவல் விடுத்தார்.

முஷாரப் அதிகாரத்தை எடுத்துக் கொண்டபோது எல்லா மட்டங்களிலும் சுதந்திரம் உறுதி செய்யப்பட வேண்டும் என்பதைப் புரிந்து கொண்டார்.

இரண்டு முறை வாய்ப்புகள் கொடுக்கப்பட்டு பரிசோதிக்கப்பட்டு படு தோல்வியடைந்த முன்னாள் பிரதமர்கள் நவாஸ் ஷெரீபுக்கும், பெனாசிர் பூட்டோவுக்கும் மூன்றாவது வாய்ப்பு கூடவே கூடாது என்பதில் அழுத்தமாக இருந்தார் முஷாரப்.

இருவருமே உட்கட்சித் தேர்தல்களை நடத்தியதில்லை. பழைய ஆப்பிரிக்க சர்வாதிகாரிகளைப்போல பெனாசிர் தனி கட்சியின் நிரந்தரத் தலைவர் என்ற பதவியை ஏற்றுக் கொண்டார்.

இருவரையுமே சட்ட ரீதியான வழக்குகள் அலைக்கழித்துக் கொண்டிருக்கின்றன.

நவாஸ் ஷெரீப் ஆட்சிக் காலத்திலேயே பெனாசிர் பூட்டோ சட்டத்திலிருந்து தப்பிக்க நாட்டைவிட்டு ஓடி தலைமறைவாகி விட்டார்.

முஷாரப்பின் விமானத்தைக் கடத்திய வழக்கில் நவாஸ் ஷெரீப் மீது குற்றம் நிரூபிக்கப்பட்டிருந்தது.

அவருக்கு ஆயுள் தண்டனை கிடைத்திருக்கும். தனிமையில் சிறை யில் வாடுவதையும், கடினமான சிறை வாழ்க்கையையும் அவரால் தாங்கிக் கொள்ள முடியாது.

நவாஸ் ஷெரிபுக்கு சவுதி அரேபியாவின் இளவரசர் அப்துல்லா விடம் நல்ல தொடர்பு இருந்தது. நவாஸை சவுதியில் தஞ்சம் புக அனுமதிக்குமாறு அப்துல்லா முஷாரப்பை கேட்டுக் கொண்டார்.

அவருடைய வேண்டுகோளை முஷாரப்பால் மறுக்க முடிய வில்லை. நவாஸ் ஷெரீபை குடும்பத்தோடு நாடு கடத்துவது அரசியல் ரீதியாக நன்மை பயக்கும் என்ற முஷாரப் நினைத்தார். எனவே, அப்துல்லாவின் வேண்டு கோளை ஏற்றுக் கொண்டார்.

நவாஸ் ஷெரீபும், முஷாரப்பும் ஓர் உடன்படிக்கை செய்து கொண்டனர். நவாஸ் ஷெரீபும் அவரது குடும்பத்தினர் சிலரும் சவுதி

அரேபியாவில் பத்தாண்டுகள் இருக்க வேண்டும். அவர்கள் பாகிஸ்தான் அரசியலில் ஈடுபடக் கூடாது. அவர்களுடைய சொத்துக்களை இழைத்த குற்றங்களுக்கு தண்டனையாக விட்டுக் கொடுக்க வேண்டும்.

இந்த உடன்படிக்கையில் நவாஸ் ஷெரீப் அவரது சகோதரர் ஷாபாஸ், அவர்களது தந்தை உட்பட குடும்ப மூத்த அங்கத்தினர் பலரும் கையொப்பமிட்டனர்.

ஒரு வழியாக ஒட்டுமொத்தக் குடும்பமும் ஜித்தாவுக்குச் சென்றது. 2006 ஆரம்பத்தில் லண்டனில் நோய்வாய்ப்பட்டிருக்கும் தனது மகனைப் போய்ப் பார்க்க விரும்பிய நவாஸ் ஷெரீப் ஒரு நெருங்கிய நண்பர் மூலம் முஷாரப்பிடம் அனுமதியைக் கேட்டார்.

முஷாரப்பும் சம்மதித்தார். ஆனால், லண்டன் சென்ற நவாஸ் ஷெரீப் அரசியலில் ஈடுபட மாட்டேன் என்று கொடுத்த வாக்குறுதியை மீறினார்.

முஷாரப் தம்முடைய திட்டங்களை ஆதரிக்கவும் பரப்பவும் தேசிய அளவிலான ஒரு புதிய கட்சியைத் துவங்க திட்டமிட்டார். நாட்டுக்கு சுதந்திரம் வாங்கித் தந்த காயிதே ஆஸம் முஹம்மது அலி ஜின்னா அவர்கள் உருவாக்கிய பாகிஸ்தான் முஸ்லீம் லீக் கட்சிக்கே மறு உயிர் கொடுத்தார் முஷாரப்.

அரசியலுக்கு அப்பாற்பட்டு இருக்க வேண்டும் என்றும் எந்தக் கட்சியிலும் சேரக்கூடாது என்றுமே ஆரம்பத்தில் நினைத்திருந்தார் முஷாரப். தன்னுடைய பதவியைப் பற்றி மக்கள் என்ன நினைக் கிறார்கள் என்று அறிய 2002 ஏப்ரல் 30 இல் தேசிய அளவிலான நேரடி தேர்தலை முஷாரப் நடத்தினார். ஆனால், அந்த நேரடி தேர்தல் பெருங்குழப்பத்திற்கு ஆளானது. அதற்கு முழுப் பொறுப்பும் ஏற்று முஷாரப் மன்னிப்பு கேட்டுக் கொண்டார்.

2002 இல் தேர்தல்கள் வந்தபோது மீர் ஜஃபருல்லாகான் ஜமாலியை கட்சியின் நாடாளுமன்ற குழுத் தலைவராக தேர்வு செய்தது. கூட்டணிக் கட்சிகளின் ஆதரவுடன் அவர் பிரதமரானார்.

முதல் முறையாக மிகச்சிறிய மாகாணமான பலூசிஸ்தானிலிருந்து பாகிஸ்தானுக்கு ஒரு பிரதமர் கிடைத்திருந்தார். 2004 வரை ஜமாலியின் அரசு எப்படியோ இழுத்துக் கொண்டு ஓடியது.

இதே சமயத்தில் ஜமாலிக்கும் அவர் கட்சித் தலைவரான சௌத்ரி ஷுஜாத்துக்கும் இடையில் கடுமையான கருத்து வேறுபாடுகள் தோன்றின. முஷாரப் முடிந்த மட்டும் இருவரிடையே இருந்த வேறுபாடுகளை களைய முயன்றார்.

வேறு யாரை பிரதமராக நியமிப்பது என்பதில் கட்சிக்குள் ஒருமித்த கருத்து ஏதும் ஏற்படவில்லை. இதனால் சூழ்நிலை மோசமாகி பிரச்சனை தலைக்கு மேல் போனபோது முஷாரப் தலையிட வேண்டியதாயிற்று.

வெற்றிகரமாக நிதியமைச்சர் பதவியை வகித்து வந்த ஷவ்கத் அஜீஸதான் பிரதமருக்கான சரியான தேர்வு என முடிவு செய்தார் முஷாரப்.

ஆனால், அஜீஸ் செனட்டில்தான் உறுப்பினராக இருந்தார். பிரதமராக இருப்பவர் நாடாளுமன்றத்தின் மக்களவையில் உறுப்பினராக இருக்க வேண்டும். எனவே, பிரதமர் பதவியிலிருந்து ஜமாலி ராஜினாமா செய்ய வேண்டும் என்றும் ஓரிரு மாதங்களுக்குக் கட்சித் தலைவரான சௌத்ரி ஷுஜாத் ஹுசைன் பிரதமராக இருப்பார் என்றும், அஜீஸ் தனக்கென காலி செய்யப்பட்ட இரண்டு இடங்களில் நின்று இடைத்தேர்தலில் வென்று வர வேண்டும் என்றும் முடிவு செய்யப்பட்டது.

12. நவாஸ் ஷெரீபின் அரசியல் தில்லாங்கடி

பாகிஸ்தான் அரசியலுக்கு வருவதற்கு முன்பாக எழுபதுகளில் பஞ்சாப் மாகாணத்தின் மிகப்பெரிய தொழிற்சங்கத் தலைவராக விளங்கியவர் நவாஸ் ஷெரீப்.

பாகிஸ்தான் எல்லைக்குட்பட்ட பஞ்சாப் மாகாணத்தில் பிறந்து வளர்ந்து தேசத்தையே குலைநடுங்கச் செய்த பல வேலை நிறுத்தங்

களை நடத்தி அசைக்க முடியாது தொழிற்சங்கத் தலைமைப் போராளியாகத் திகழ்ந்தார்.

தொட்டதற்கெல்லாம் ரயிலை நிறுத்துவது அல்லது ரயில் பேரணி நடத்துவது என்பதை நவாஸ் ஷெரீப் தனது பாணியாக வைத்திருந்தார்.

ஜாதி அரசியலின் பலம் புரிந்து சிறுபான்மை சமூகத்தவரின் அனாதை ரட்சகனாக தன்னை அடையாளம் காட்டிக் கொண்டு அரசியலுக்குள் புயலாய் புகுந்தவர் நவாஸ் ஷெரீப்.

பெனாசிர் பூட்டோவுக்கு மிகப்பெரிய தலைவலியாக அரசியலில் போர் நடத்தினார்.

நவாஸ் ஷெரீபின் போராட்டக் குணம் பேச்சாற்றல் ராஜதந்திரம் ஆகியவற்றால் வசீகரிக்கப்பட்ட பாகிஸ்தான் அதிபர் ஜியாவுல் ஹக்கின் நம்பிக்கைக்குப் பாத்திரமாகி நிதியமைச்சராக 1981 முதல் 1985 வரை பணியாற்றினார்.

1985 லிருந்து பஞ்சாப் மாகாணத்தின் நிரந்தர முதல்வராகி விட்டார். ஒரு கட்டத்தில் நவாஸ் ஷெரீப்தான் பிரதமர் என்ற கோஷம் பாகிஸ்தான் தேச முழுமைக்கும் எதிரொலிக்கத் தொடங்கியது.

அதன் பின்னர் ஆட்சிப் பொறுப்பேற்ற நவாஸ் ஷெரீப் மனதளவில் ஈராக் ஆதரவாளர். ஏற்கனவே அனுப்பப்பட்ட படைகளைத் திரும்பப் பெற்றால் அமெரிக்காவின் பகைமையை சம்பாதிக்க நேரிடும். ஆனால், பாகிஸ்தானில் ஈராக் ஆதரவு நிலை எடுக்காத கட்சிகளே அன்றைக்கு இல்லை என்பதால் மிகுந்த கொந்தளிப்பான சூழ்நிலையில் மாட்டிக் கொண்டு நவாஸ் தவித்தார்.

ஏனெனில் மத ரீதியாக ஈராக்கும் பாகிஸ்தானும் ஒரே கட்சி. ஆனால், வளைகுடா யுத்தத்தில் அமெரிக்காவை ஆதரிக்கா விட்டால் பொருளாதார ரீதியில் பாகிஸ்தான் பெரும் பின்விளைவு களை சந்திக்க வேண்டியிருக்கும்.

என்ன செய்வது என்று புரியாது நவாஸ் தவித்துக் கொண்டிருக்க ராணுவத் தளபதி அஸ்லாம்பேக் அவருடன் முரண்பட்டு

கோபத்திலிருந்தார்.

நவாஸ் ஷெரீபின் அரசில் செல்வாக்கு ஒருபுறம் சரிந்து கொண்டிருந்தது. மற்றொரு புறம் பஞ்சாப் தேசிய கூட்டுறவு வங்கியில் நடந்த பல மில்லியன் டாலர் ஊழல் வழக்கிலும் நவாஸ் ஷெரீப் பெயர் நார் நாராகக் கிழிந்து கொண்டிருந்தது.

அதிபர் குலாம் இஷாக்கான் ஒரு கட்டத்தில் 1993 ஏப்ரலில் நவாஸ் ஷெரீப் ஆட்சியைக் கலைத்து விட்டார்.

ஆனால், தன்னைப் பதவி நீக்கியது செல்லாது என்று நீதிமன்றம் சென்ற நவாஸ் ஜெயித்து அடுத்த மாதமே மீண்டும் ஆட்சிக்கு வந்து விட்டார்.

ஆனால், பாகிஸ்தான் அரசியல் படுவேகமாக சுழன்றது. அடுத்த இரு மாதங்களுக்கு மேல் நவாஸ் ஷெரீபால் தாக்குப் பிடிக்க முடிய வில்லை.

இம்முறை ராணுவமே தலையிட்டு நவாஸ் ஷெரீபையும் அதிபரை யும் சேர்த்து பதவி நீக்கம் செய்து விட்டது.

மொயின் குரேஷி என்பவர் சிறிது காலம் பிரதமராக இருந்தார். அடுத்த தேர்தலில் மீண்டும் பெனாசிர் ஜெயித்தார்.

மூன்று வருடங்களுக்குப் பிறகு மீரஜ் காலித் என்பவர் மூன்று மாத பிரதமராக இருந்தார். 1997 பிப்ரவரியில் நவாஸ் ஷெரீப் மீண்டும் பிரதமரானார்.

பெனாசிரைக் காட்டிலும் நவாஸ் ஷெரீபுக்கு அரசியல் முதிர்ச்சி இருந்தது. மக்களுக்கு எது பிடிக்கும்; எதைச் செய்தால் மக்களை ஈர்க்கலாம் என்பது அத்துப்படியாக இருந்தது.

இல்லையெனில் பெனாசிரின் ஊழலை மன்னிக்க மறுத்த மக்கள் நவாஸ் செய்த ஊழல்களை மறந்து மீண்டும் மீண்டும் பிரதமராக்கு வார்களா?

நவாஸ் ஷெரீப் பழுத்த அரசியல்வாதியாக இருந்தபோதிலும் சிறந்த ராஜ தந்திரியாக இல்லை முன் யோசனையின்றி செயல்பட்டு சறுக்கியதுதான் அவரது அரசியல் வாழ்வை அழித்து விட்டது.

பாகிஸ்தான் ராணுவத் தளபதியாக முஷாரப்பை நியமித்ததும், ஐ.எஸ்.ஐ.யின் தலைவராக லெப்டினண்ட் ஜெனரல் ஜியாவுதீனை அமர்த்தியதும் நவாஸுக்கு நெருக்கடியாயிற்று.

சீனியாரிட்டிபடி பார்த்தால் முஷாரப் ராணுவ தளபதி பதவிக்குத் தகுதியுடையவரில்லை. அவரைவிட ஜியாவுதீன் மூத்தவர்; அனுபவ சாலி.

ஆனால், மொஹாஜிர் இன மக்கள் கவர வேண்டும் என்ற ஒரே காரணத்திற்காக மொஹாஜிரான முஷாரப்பை ராணுவத் தளபதி யாக்கினார் நவாஸ்.

நவாஸ் பஞ்சாபி என்பதால் மொஹாஜிர்கள் ஜென்மப் பகை கொண்டவர்களாக இருந்தனர். ராணுவத் தளபதி பதவியை முஷாரபுக்குக் கொடுத்தது மூலம் மொஹாஜிர்கள் சற்று சந்தோஷப் படலாம். ஆனால், பதவி கிடைத்த மொஹாஜிரான முஷாரப் தனது ஜென்மப் பகையை பழிவாங்க ஏன் இந்தப் பதவியை ஒரு வாய்ப் பாகப் பயன்படுத்த மாட்டார் என்பதை நவாஸ் யோசிக்காமல் போய் விட்டார்.

ஆனால், நவாஸ் பதவி கொடுத்ததற்காக முஷாரப் தனக்கு நன்றி யுடன் நடந்து கொள்வார் என்று எதிர்பார்த்தார். ஆனால், அரசியலில் பதவி வேட்டைப் பயணத்தில் நன்றி உணர்வு எனும் பட்டையைக் கழுத்தில் தொங்கவிட்டுக் கொண்டு கடைசிவரை நாயாகத் திரிந்து கொண்டிருக்க முடியுமா?

பதவி அதிகாரம் என்பது பல நேரங்களில் சுயமாக முடிவெடுப்பதன் சுதந்திரம் எனும் சந்தோஷத்தை அனுபவிப்பதுதானே!

அதனையே பர்வேஸ் முஷாரப் செய்ய ஆரம்பித்தார். பிரதமர் நவாஸ் ஷெரிப்பை கலந்தாலோசிக்காமலேயே கமாண்டர் பதவிக்கு மங்லா என்பவரையும் துணைத் தளபதி பதவிக்கு லெப்டினண்ட் ஜெனரல் மொஹம்மது ஆஸிஸ் என்பவரையும் நியமித்தார்.

பர்வேஸ் முஷாரப் அடுத்தபடியாக ராஜதந்திரமாக காயை நகர்த்தினார். பிரதமரின் இனத்தவர்களான பஞ்சாபி பிரிவு ராணுவ

வீரர்களுடன் நெருக்கமாகப் பழக ஆரம்பித்த முஷாரப் அந்தப் பெரிய படைப்பிரிவினர் அனைவரையும் தம்முடைய ஆதரவாளர்களாக்கிக் கொண்டார்.

அந்த பஞ்சாபி ராணுவ வீரர்கள், தங்களின் இனத்தவரான பிரதமருக்கு வேண்டிய தளபதி தங்களிடம் இத்தனைப் பாசமாக பழகுகிறாரே என்று முழுவதுமாக மதி மயங்கிப் போனார்கள்.

ஆனால், முஷாரப் ஒரு பஞ்சாபி பிரதமரைப் பழி வாங்க அவரது ராணுவ வீரர்களையே ஆயுதமாக கூர்தீட்டிக் கொண்டிருக்கிறார் என்பது ராணுவ ரகசியமாக இருந்தது.

13. நவாஸ் ஷெரீபின் போர் நிறுத்த முடிவு

கட்டுப்பாட்டு எல்லைக்கோட்டை ஒட்டி இருக்கும் அணுக முடியாத பனிப்படர்ந்த வடக்குப் பகுதிகளில் இந்தியாவுக்கும், பாகிஸ்தானுக்குமிடையே நடைபெறும் தாக்குதல்களும் எதிர்த் தாக்குதல்களும் அவ்வப்போது நடந்து வருவதுதான்.

ராணுவ வீரர்களின் இருப்பு குறைவாக இருக்கும் பகுதியை இந்தியாவும், பாகிஸ்தானும் மாறி மாறிக் கைப்பற்றிக் கொள்வதும் பின்னர் விட்டுவிட்டு ஓடுவதும் நடைமுறையாக இருந்து வரும்.

இதுபோன்றே குளிர்காலம் என்பதால் இந்திய ராணுவம் காலி செய்துவிட்டுப் போன கார்கிலின் உயரமான பகுதிகளை காஷ்மீரின் உயரமான பகுதிகளை காஷ்மீரின் முஜாஹிதீன்கள் கைப்பற்றிக் கொண்டனர்.

1988 அக்டோபரில் இரண்டு பாகிஸ்தானி தாக்குதல்களை சியாசென் பனிப்பாறைப் பகுதியில் முறியடித்து விட்டதாக இந்தியத் தரப்பில் கூறப்பட்டது. ஆனால் பாகிஸ்தானியர் அதனை மறுத்தனர்.

முஜாஹிதீன்களுடனான சண்டையை இந்தியா அவ்வாறு கூறிய தாக முஷாரப் ராணுவத் தரப்பு புரிந்து கொண்டது.

இந்தியா வசமிருந்த காஷ்மீரைச் சேர்ந்த ஆயிரக்கணக்கான முஜாஹிதீன்கள் பாகிஸ்தானைச் சேர்ந்த சில அனுதாபிகளுடன் இணைந்து இந்தியப் படையினரிடம் போரிட்டது என்று பாகிஸ்தான் அரசு கூறியது.

வடக்குப் பகுதியைத் தாக்க குறிப்பாக ஷக்மா பிரிவில் இந்தியப் படை தாக்குதல் நடத்த ராணுவத்தில் பிரதமர் நவாஸ் ஷெரீபின் நடவடிக்கை செயல்பாடுகள் மீது உள்ளூர ஒரு கோபமும், எரிச்சலும் இருந்ததை முஷாரப் உணர்ந்தார்.

ஜெனரல் ஜஹாங்கீர் கராமத்தின் கட்டாய ராஜினாமா பற்றி மிக அதிகமாகவே புழுங்கிக் கொண்டிருந்தார்கள்.

அதிகாரத்தைக் கொண்டு ஒடுக்குகிற ஒரு பிரதமர். நாடாளு மன்றத்தில் அறுதிப் பெரும்பான்மை கொண்டவர். எல்லா அதிகாரங்களையும் தன் பதவியோடு வைத்திருப்பவர். அரசியல் அமைப்பு சீர்திருத்தத்தின் மூலம் கருத்து வேறுபாடு என்பதையே தனது கட்சியில் மட்டுமின்றி நாடாளுமன்றத்திலும் கூட இல்லாமல் செய்தவர்.

மேலும், அவரது கட்சித் தொண்டர்கள், உச்சநீதிமன்றத்தைத் தாக்கி சேதப்படுத்தியிருக்கிறார்கள். பாதுகாப்பு அதிகாரிகளின் நிழல்படக் கருவிகளில் அந்த முழு நிகழ்ச்சியும் பதிவாகியுள்ளது.

நவாஸ் ஷெரீப் நீதிபதிகளுக்கும் லஞ்சம் கொடுத்து வற்புறுத்தியிருக் கிறார். பத்திரிகையாளர்களின் வாயை அடைக்க முயன்றுள்ளார். பல பத்திரிகை ஆசிரியர்களை கைது செய்துள்ளார்.

ஜனாதிபதியை ஒரு பொம்மைபோல ஆக்கி, ராணுவத்தின் தலையீடு இல்லாமல் வன்முறைகளுக்கு காரணமாக இருந்திருக் கிறார். இதனை வெளிப்படையாக பேசிய காரணத்திற்காக ராணுவத் தலைமை அதிகாரியை நவாஸ் ஷெரீப் நீக்கியுள்ளார்.

மிக் - 21 என்பது சண்டை வானூர்தியாகும். இது மிகோயன் குருவிச் விமானம் கட்டும் நிறுவனத்தால் சோவியத் வான் படைக்காக வடிவமைக்கப்பட்டது.

ஆரம்ப காலங்களில் தயாரிக்கப்பட்ட விமானங்கள் இரண்டாம் தலைமுறை விமானங்களாகவும், பிற்காலங்களில் தயாரிக்கப்பட்ட விமானங்கள் மூன்றாம் தலைமுறை விமானங்களாகவும் கருதப்பட்டன.

சுமார் 50க்கும் மேற்பட்ட நாடுகளில் இவ்விமானம் சேவை புரிந்துள்ளது. மேலும் சில நாடுகளில் அரை நூற்றாண்டுகளாக இன்னமும் சேவையில் உள்ளது.

1959 முதல் 1985 வரை உலகிலேயே அதிகமாக உற்பத்தி செய்யப்பட்ட சண்டை விமானம் ஆகும்.

●

பர்வேஸ் முஷ்ராப் லெப்டிணன்ட் ஜெனரலாக இருந்த சமயம். 1998 அக்டோபர் 7ஆம் தேதி இரவு ஏழரை மணியளவில் பிரதமர் நவாஸ் ஷெரீப், முஷாரப்பை பார்க்க விரும்புவதாக தொலைபேசி அழைப்பு வந்தது.

ராணுவத் தலைமை அதிகாரியாக முஷாரப் ஆக்கப்படவுள்ளார் என்பதும் இது பிரதமர் நவாஸ் ஷெரீப் தனிப்பட்ட முறையில் எடுத்துள்ள முடிவு என்ற ரகசியமும் முஷாரப்புக்கு வந்து சேர்ந்தது.

அதிர்ச்சியாக இருந்தது முஷாரப்புக்கு. ஏனெனில் ராணுவத் தலைமை அதிகாரி கராமத் இன்னும் ஓய்வு பெறவில்லை. அப்படியே ஓய்வு பெற்றாலும் அவருக்கு அடுத்த நிலையில் லெப்டினண்ட் ஜெனரல் அலிகுலிதான் சீனியர். அவர் ஜனாதிபதி பரூக் லகாரியுடன் மிகவும் நட்பில் இருப்பவரும் கூட. அப்படி யிருக்கும்போது முஷாரப் எப்படி ராணுவ தலைமை அதிகாரியாக முடியும்? ஏனெனில் ஜனாதிபதிதான் ராணுவ தலைமை அதிகாரி நியமன உத்தரவில் கையொப்பமிட வேண்டும்.

பிரதமர் நவாஸ் ஷெரீபுக்கும் ஜனாதிபதிக்கும் ஒருபுறம் உரசல் என்றால் ஜனாதிபதிக்கும் உச்சநீதிமன்ற தலைமை நீதிபதிக்கும் இடையே மற்றொரு புறம் உரசல் இருந்து வந்தது.

14. நவாஸ் ஷெரீப் நாடு கடத்தப்பட்டார்

சர்வதேசமும் அச்சமயம் பாகிஸ்தானை கண்டிக்கத் தொடங்கியபோது பாகிஸ்தான் பிரதமர் நவாஸ் ஷெரீப் பாதுகாப்பு தேடி அவசரமாக அமெரிக்காவுக்கு ஓடினார்.

அமெரிக்க ஆதரவைப் பெரிதும் நம்பியிருந்த நவாஸ் ஷெரீபுக்கு அமெரிக்கா குட்டு வைத்தது.

அச்சமயம், அமெரிக்க அதிபராக இருந்த அதிபர் பில்கிளிண்டன் நவாஸிடம் கார்கில் ஊடுருவல் பற்றிய தன் கவலையையும் கடும் கண்டனத்தையும் தெரிவித்தது. கார்கில் விஷயத்தில் முழுத் தவறும் பாகிஸ்தானையே சாரும் என்று கிளிண்டன் அழுத்தம் திருத்தமாக கூறி விரட்டியடித்தார்.

கார்கிலிலிருந்து ராணுவத்தை வாபஸ் வாங்காவிட்டால் விபரீதம் நிகழும் என்ற அமெரிக்கா எச்சரித்தபோது முஷாரப்பும் ஆடிப் போய் விட்டார்.

ராணுவத் தளபதிக்கும், பிரதமருக்கும் உரசல் வந்தால் என்ன நேரும் என்பதை கண்கூடாகக் கண்டு நொந்து போனவர்கள் பாகிஸ்தானிய மக்கள்.

கார்கில் யுத்தத்தில் பாகிஸ்தான் பெற்ற தோல்வி உண்டாக்கிய வெறுப்பு பாகிஸ்தான் மக்களிடையே எரிந்து கொண்டிருந்தது. ராணுவத் தளபதி முஷாரப் ஆண்மையுடன் போர்க்களம் சென்ற தாகவும் பிரதமர் நவாஸ் ஷெரீப்தான் பயந்து கொண்டு போரி லிருந்து பின்வாங்கச் செய்து விட்டார் என்று பரப்பப்பட்ட திட்ட மிட்ட பிரச்சாரம் மக்களை நன்றாகவே சென்றடைந்தது.

முஷாரப்பின் நயவஞ்சகத் திட்டம் நன்றாகவே பலித்து விட்டதை உணர்ந்த நவாஸ் ஷெரீப் தனது செல்வாக்கு முற்றிலுமாக சரிந்து விடட நிலையில் நிச்சயம் ராணுவம் தன்னை பதவி நீக்காது போனாலும் மக்கள் வீட்டுக்கு அனுப்பி விடுவார்கள் என்று நவாஸ் உணர்ந்தார்.

தன்னால் பதவியில் அமர்ந்தப்பட்டு தனக்கே எமனாக அச்சுறுத்தி வரும் முஷாரப்பை எப்படியும் பழிவாங்கியே தீர வேண்டும் என ஒரு வெறி நவாஸ் ஷெரீப் மனதில் அலைந்தது.

அச்சமயம் முஷாரப் இலங்கைக்கு ஒரு ராணுவ நிகழ்ச்சியில் கலந்து கொள்ளுவதன் பொருட்டு அரசு முறைச் சுற்றுப்பயணம் மேற் கொண்டிருந்தார்.

அவர் திரும்பி வருமுன் அவரது பதவியைப் பறிக்க முடிவு செய்தார் நவாஸ். யாரையும் கலந்தாலோசிக்காமல் திடுதிப்பென்று பர்வேஸ் முஷாரப்பை ராணுவத் தளபதி பதவியிலிருந்து நீக்குவதாக அறிவித்துவிட்டு அப்போது ஐ.என்.ஐ.யின் டைரக்டர் ஜெனரலாக இருந்த க்வாஜா ஜியாவுதீன் என்பவரை ராணுவத் தளபதியாக்கி னார் நவாஸ் ஷெரீப்.

ஆனால், நவாஸ் ஷெரீப், முஷாரப்பைப் பற்றி குறைத்து எடை போட்டு விட்டார். அவரை பதவி நீக்கிய மூன்றாவது நிமிடம் விஷயம் தெரிந்தது. இலங்கையிலிருந்தபடியே ராணுவ உயரதிகாரி களுக்கு சில உத்தரவுகளை கூறிவிட்டு இஸ்லாமாபாத்துக்கு மறு விமானத்தில் வந்திறங்கினார்.

முஷாரப்பின் மிக முக்கியமான நம்பிக்கைக்குரிய விசுவாசிகள் முஸாபர் உஸ்மானி, அஸீஸ், மெஹ்மூத் அஹமது ஆகிய மூன்று ராணுவ உயரதிகாரிகளும் முஷாரப்பின் கட்டளைப்படியே நவாஸ் ஷெரீப்பின் அலுவலகத்திற்குச் சென்று முற்றுகையிட்டு அவரை உடனடியாக ராணுவக் காவலில் எடுத்து விட்டனர்.

சத்தமின்றி நவாஸ் ஷெரீப் பதவி அகற்றப்பட்டு கைது செய்யப்பட்டு முஷாரப்பின் உத்தரவுகளுக்கு அந்த ராணுவ அதிகாரிகள் காத் திருந்தனர்.

இஸ்லாமாபாத்திலிருந்து இறங்கிய பர்வேஸ் முஷாரப் பொறுப்பு களை எடுத்துக் கொண்டு பாகிஸ்தானின் தலைமை ஆட்சியாளராக தன்னைப் பிரகடனம் செய்து கொண்டார்.

நவாஸ் ஷெரீப் மீது பல்வேறு வழக்குகள் தொடரப்பட்டு இறுதியில் மன்னிப்பளித்து சவுதி அரேபியாவுக்கு நாடு கடத்தப்பட்டார்.

15. முஷாரப் பதவி விலக வேண்டும்

பிப்ரவரி 18, 2008ல் நடைபெற்ற பொதுத் தேர்தலுக்குப் பின் பாகிஸ்தான் மக்கள் கட்சித் தலைமையிலான கூட்டணி அரசு பதவியேற்றது.

இந்தக் கூட்டணி அரசில் நவாஸ் ஷெரீப் முஸ்லீம் லீக் கட்சியும் இடம் பெற்றது. ஐந்து மாதங்களாக பதவி வகித்து வந்த இந்த அரசு ராணுவப் புரட்சி மூலம் ஆட்சியைப் பிடித்த அதிபர் முஷாரப் பதவி விலக வேண்டும் என தொடர்ந்து வற்புறுத்தி வந்தது.

இதற்கு முஷாரப் உடன்படாததால் கண்டன தீர்மானம் மூலம் அவரைப் பதவியிறக்கம் முடிவு செய்யப்பட்டது. முஷாரப்பிற்கு எதிராக 100 பக்கங்கள் கொண்ட கண்டன தீர்மானத்தை ஆளும் கூட்டணிக் கட்சிகள் கொண்டு வந்தன.

அதேநேரத்தில், "முஷாரப் விரைவில் பதவி விலக வேண்டும். அப்படி விலகினால் அவர் மீது எந்த வழக்கும் தொடரப்படாது. பதவி விலக மறுத்தால் அவரை ராணுவம் காப்பாற்றாது" என பாகிஸ்தான் ராணுவ தளபதி கியானி அறிவித்தார்.

இதற்கிடையில் முஷரப் பதவி விலகிய பிறகு தொலைக்காட்சி ஒன்றுக்குப் பேட்டியளித்தார்.

"ஆளும் கூட்டணியுடன் மோதலை தவிர்க்கவும் நாட்டில் நிலை யற்ற தன்மை உருவாவதைத் தடுக்கவும் நான் பதவி விலகுகிறேன். எந்தக் கண்டன தீர்மானமும் அல்லது எந்தக் குற்றப் பத்திரிகையும் எனக்கு எதிராக நிற்க முடியாது.

எல்லாவற்றையும் நாட்டுக்காகவும், மக்களுக்காகவுமே செய்தேன். எனவே, நான் மிகுந்த நம்பிக்கையில் இருந்தேன். எந்தக் குற்றச் சாட்டைக் கண்டும் நான் அஞ்சவில்லை. இருந்தாலும் கண்டனத் தீர்மானத்திற்குப் பின் நாடு எந்த சூழ்நிலைக்குச் செல்லும் என்பது தான் தற்போதைய கேள்வி.

அப்படிப்பட்ட ஒரு நிலையற்ற மோதலான சூழ்நிலைக்கு நாட்டைக் கொண்டு செல்ல நான் விரும்பவில்லை. அதிபர்

அலுவலகம் நெருக்கடியில் பணியாற்றுவதை நான் விரும்பவில்லை.

நான் வெற்றி பெறுகிறேனா அல்லது தோல்வி அடைகிறேனா என்பது முக்கியமில்லை. கண்டனத் தீர்மானம் பார்லிமெண்டில் விவாதத்திற்கு எடுத்துக் கொள்ளப்பட்டால் என்ன நிலையாகும் என யோசித்தேன். அதிபர் அலுவலகம் கௌரவம் பாதிக்கப்படும். நாட்டின் கௌரவமும் பாதிக்கப்படும் என உணர்ந்தேன்.

தனி நபரின் தைரியத்தை வெளிக்காட்ட இது சரியான தருணம் அல்ல. இது மிகவும் ஆழமாகவும், தீவிரமாகவும் சிந்திக்க வேண்டிய தருணம்.

அதனால் நாட்டின் நலன் கருதியே என் பதவியை ராஜினாமா செய்துள்ளேன். ராஜினாமா கடிதம் விரைவில் பார்லிமெண்டை சென்றடையும்.

என் வாழ்நாளில் 44 ஆண்டுகளை ஒரு ராணுவ வீரராக நாட்டிற்காக அர்ப்பணித்துள்ளேன். அப்படிப்பட்ட நான் பார்லிமெண்டில் குதிரைப் பேரம் நடைபெறாமல் தடுக்கவே பதவி விலகியுள்ளேன்.

சுயநலமாக செயல்பட நினைத்திருந்தால் நான் மாறுபட்ட முடிவை எடுத்திருக்க முடியும். அதை நான் விரும்பவில்லை.

என்னுடைய எதிர்காலத்தை நான் மக்களின் கைகளில் ஒப்படைக் கிறேன். நானும் மனிதன்தான். சில தவறுகள் செய்திருக்கலாம். அது மக்களால் மன்னிக்கப்படும் என நம்புகிறேன்.

எனது ஒன்பது ஆண்டுகால ஆட்சியில் நாட்டின் நலன் கருதியே அனைத்து முடிவுகளையும் எடுத்தேன்" என்று அதிபர் முஷாரப் கூறினார்.

முஷாரப்பின் இந்த ராஜினாமாவால் அவருக்கும் ஆளும் கூட்டணிக்கும் இடையே நீடித்து வந்த மோதல் முடிவுக்கு வந்தது. இருந்தாலும் முஷாரப் தொடர்ந்து பாகிஸ்தானிலேயே இருப்பது பற்றிக் கூறப்படவில்லை என்றாலும் தலைநகரின் புறநகர்ப் பகுதி யில் உள்ள அவரது பண்ணை மாளிகையில் வாழ்வது சுலபம் அல்ல.

பொதுவாக இம்மாதிரி பதவியிலிருந்து தூக்கி எறியப்படும்போது துருக்கி அல்லது சவுதியில் தங்குவது பாகிஸ்தானில் வழக்கம்.

முஷாரப் சவுதி தலைநகர் ஜெட்டாவில் தங்கி அரசு விருந்தினராக வாழ வாய்ப்பு உள்ளன. பலவீனமான கூட்டணி என்பதால் அவர் அங்கிருந்து அரசியல் நடத்தவும் விரும்பலாம்.

முஷாரப் ராஜினாமாவை அடுத்து பாகிஸ்தான் செனட் சபை தலைவர் முகமது மியான்சூம்ரோ தற்காலிக அதிபராக பதவி யேற்றார்.

இதற்கிடையில் முஷாரப்பை சந்தித்த சில பிரிவினரிடம், "நான் அதிபர் பதவியிலிருந்து விலகியதை தோல்வியடைந்து விட்டதாகக் கருதக்கூடாது. நாடு மற்றும் மக்களின் நலன் கருதியே பதவி விலகினேன். நான் முதலில் நேசிப்பது பாகிஸ்தானைத்தான். அந்த நாட்டை விட்டு எங்கும் செல்ல மாட்டேன். வெளிநாட்டில் குடியேறும் எண்ணமும் கிடையாது.

கடந்த திங்கட்கிழமை நாட்டு மக்களுக்கு உரை நிகழ்த்தியபோது தெரிவித்ததன் அடிப்படையில், நாட்டின் பொருளாதார நிலைமை தொடர்பாக விரைவில் வெள்ளை அறிக்கை வெளியிடுவேன்.

எனது மகன் அமெரிக்காவில் நல்ல தொழிலதிபராக இருப்பதால் நான் அங்கு செல்லப் போவதாகக் கூறப்படுவதில் உண்மையில்லை. இதெல்லாம் ஆதாரமற்ற தகவல்கள்" என்று முஷாரப் கூறினார்.

இதற்கிடையில் முஷாரப்புக்கு விதிமுறைகளின் அடிப்படையில் பாதுகாப்பு அளிக்க பாகிஸ்தான் அரசு முடிவு செய்தது.

இதுதொடர்பாக அந்நாட்டின் உள்துறை அமைச்சர் ரகுமான் மாலிக் கூறுகையில், "பாதுகாப்பு தொடர்பாக முஷாரப் சில வேண்டுகோள்களை விடுத்துள்ளார். விதிமுறைகளின் அடிப்படையில் அவருக்கு சிறப்பான பாதுகாப்பு அளிக்கப்படும்" என்றார்.

16. பாகிஸ்தானில் அரசியல் பகடை ஆட்டம்

பெனாசிர் பூட்டோ தலையெடுத்தபோதுதான் நவாஸ் ஷெரீபும் பாகிஸ்தான் தேசிய அரசியலில் தீவிரமாக ஈடுபடத் தொடங்கினார்.

அந்தத் தேர்தலில் தோற்றாலும் அடுத்தத் தேர்தலில் ஆட்சி அமைக்கும் அளவுக்கு நவாஸ் ஷெரீப் செல்வாக்கு மிகுந்திருந்தது.

ஆட்சிக்கு வந்ததும் நவாஸ் செய்த முதல் காரியம் மக்களின் அடிப்படைத் தேவைகளை, அற்ப எதிர்பார்ப்புகளைப் பூர்த்தி செய்தது.

சின்னச் சின்ன விஷயங்களில் மக்களை திருப்தி செய்வதுதான் ஆட்சி நீடிக்க வழிவகுக்கும் என்பது நவாஸ் ஷெரீபின் சித்தாந்தமாக இருந்தது.

சாலையெங்கும் கழிப்பறை, வீடெல்லாம் கோதுமை, ஊரெல்லாம் தண்ணீர் சப்ளை, நகரெல்லாம் தொலைபேசி என்ற பார்த்துப் பார்த்துப் பணிபுரிந்தார் நவாஸ் ஷெரீப்.

சீர்திருத்தப் பணிகளில் ஈடுபட்டு வந்த நவாஸ் ஷெரீபுக்கு தலைவலி யாக 1990 இல் திடீரென்று மையம் கொண்ட வளைகுடா யுத்தம் வந்து சேர்ந்தது.

பெனாசிருக்குப் பின்பு நவாஸ் ஷெரீபுக்கு முன்பு பாகிஸ்தானில் குறுகிய காலமே செயலாற்றிய இடைக்கால அரசு வளைகுடா யுத்தத்தில் ஈராக்குக்கு எதிராக அமெரிக்க ஆதரவு நிலை எடுத்து 11000 துருப்புகளை ஈராக்குக்கு அனுப்பியது.

நேரடியாக யுத்தத்தில் பங்கெடுக்காது போனாலும் ஈராக்கிலுள்ள இஸ்லாமிய புனிதத் தலங்களைப் பாதுகாக்க அந்தப் படையை அனுப்பியதாக அந்த இடைக்கால அரசு கூறியது.

ராணுவ ஆட்சி ஏற்பட வேண்டும் என வலியுறுத்தினார். இதற்கு ஜெனரல் கராமத் ஒப்புக் கொள்ளவில்லை. அவர் பிரதமருக்கு முழு ஆதரவையும் அளித்தார். ஜனாதிபதி பருக்லஹாரி ராஜினாமா செய்ய முடிவு செய்து விட்டார்.

இந்தச் சூழ்நிலையில்தான் முஷாரப் நவாஸ் ஷெரீப் அலுவலகத் துக்கு அழைப்பின் பேரில் சென்றார்.

ராணுவத் தலைமை அதிகாரி ராஜினாமா செய்துவிட்டதாகவும், அந்தப் பதவியில் முஷாரப்பை நியமனம் செய்திருப்பதாகவும்

பிரதமர் நவாஸ் ஷெரீப் அவரிடம் கூறினார். தன் மீது நம்பிக்கை வைத்திருப்பதற்காக பிரதமருக்கு நன்றி கூறினார் முஷாரப்.

'இந்தப் பதவிக்காக என்னை நேர்முகமாகவோ மறைமுக மாகவோ அணுகாத ஒரே லெப்டினண்ட் ஜெனரல் நீங்கள்தான். அதுதான் இப்பதவிக்கு உங்களை நான் தேர்வு செய்ய காரணம்' என்று பிரதமர் நவாஸ் ஷெரீப் கூறினார்.

முஷாரப் ராணுவத் தலைமை அதிகாரியாக பதவியேற்று வந்த போது பதவியை ராஜினாமா செய்திருந்த ஜெனரல் ஜஹாங்கீர் கராமத், லெப்டினண்ட் அலிகுலி ஆகியோர் முஷாரப்பிடம் முகம் கொடுத்துப் பேசாமல் நட்பை உடைத்துக் கொண்டு விடைபெற்றுச் சென்றது முஷாரப்புக்கு மன வருத்தத்தைத் தந்தது.

பிரதமர் நவாஸ் ஷெரீபின் அழைப்பு பெரிய வில்லங்கத்தில் கொண்டு போய் நிறுத்தும் என்பது முஷாரப்புக்கும் தெரியும். ஏனெனில் கடந்த சில நாட்களாகவே ராணுவம், நீதித்துறை, அமைச்சகத் துறையில் பல ரகசிய கூட்டங்களும், ரகசியத் திட்டங் களும் நடைபெற்று வருவது தெரியும்.

பிரதமரும், அதிபரும் உச்சநீதிமன்ற செயல்பாடுகளில் நடுநிலை வகிக்கும்படி ஜெனரல் ஜஹாங்கீர் கராமத்தை கேட்டுக் கொண்ட தால், அவர் இந்த சூழ்நிலை பற்றி விவாதிக்க கார்பஸ் கமாண்டர் களின் கூட்டத்தைக் கூட்டினார்.

ஜனாதிபதியும் உச்சநீதிமன்ற தலைமை நீதிபதியும் கூட்டுச் சேர்ந்து நாடாளுமன்றத்தைக் கலைக்கவும் அதன் மூலம் பிரதமர் நவாஸ் ஷெரீபை பதவி நீக்கம் செய்யவும் முயன்றனர்.

பிரதமருக்கு ஆதரவாகவும், நாடாளுமன்றம் கலைக்கப்படக் கூடாது என்றும் முஷாரப் அந்தக் கூட்டத்தில் கருத்து தெரிவித்தார்.

அடுத்த நாள் முஷாரப் இல்லாது கூட்டப்பட்ட கூட்டத்தில் ஜெனரல் கராமத் ஆட்சியைக் கைப்பற்றி ராணுவ ஆட்சியை அறிவிக்க வேண்டுமென லெப்டினன்ட் ஜெனரல் அலிகுலி ஆர்வத் துடன் பேசியுள்ளார்.

தேர்ந்தெடுக்கப்பட்ட பிரதமரை ராணுவம் ஆதரித்தது. ஜனாதிபதி பதவி நீக்கம் செயயப்பட்டால் நவாஸ் ஷெரீபும் நீக்கப்பட வேண்டும் என்ற கருத்தில் லெப்டினன்ட் ஜெனரல் அலிகுலி குறியாக இருந்தார்.

நீதிபதி இப்திகர் சவுத்ரியை 2007 ஜூலை 20 இல் சுப்ரீம் கோர்ட் மீண்டும் நியமனம் செய்தது முஷாரப்புக்கு பின்னடைவை ஏற்படுத்தியது.

2007 ஜூலை 27 இல் அபுதாபியில் பெனாசிர் பூட்டோவும், முஷாரப்பும் சந்தித்தனர். அச்சமயம் முஷாரப்பை பதவி விலகும்படி பெனாசிர் பூட்டோ வலியுறுத்தினார்.

சுப்ரீம் கோர்ட் உத்தரவுடன் 2007 செப்டம்பர் 10 இல் நாடு திரும்பிய நவாஸ் ஷெரீப் இஸ்லாமாபாத் விமான நிலையத்தில் கைது செய்யப்பட்டு மீண்டும் சவுதி அரேபியாவுக்குத் திருப்பி அனுப்பப்பட்டார்.

எதிர்க்கட்சிகளின் புறக்கணிப்புகளுக்கிடையே 2007 அக்டோபர் 7 இல் பார்லிமெண்டில் நடந்த வாக்கெடுப்பில் முஷாரப் வெற்றி பெற்றார்.

பெனாசிர் பூட்டோ 2007 அக்டோபர் 18 இல் பாகிஸ்தான் திரும்பியபோது தற்கொலைப் படை பயங்கரவாதிகள் அவரை படுகொலை செய்ய முயற்சி செய்து தோற்றனர்.

2007 நவம்பர் 2 இல் முஷாரப் மீண்டும் தேர்தலில் நிற்க முடியுமா என்பது குறித்து விவாதிக்க சுப்ரீம் கோர்ட் கூடியது.

பாகிஸ்தானில் 2007 நவம்பர் 3 இல் நெருக்கடி நிலை அமல் செய்யப் பட்டது. தலைமை நீதிபதி இப்திகர் நீக்கம் செய்யப்பட்டார்.

2007 நவம்பர் 25 இல் நவாஸ் ஷெரீப் நாடு திரும்பினார். முஷாரப் 2007 நவம்பர் 28 இல் அஷ்பக் கியானியிடம் ராணுவத் தலைவர் பதவியை ஒப்படைத்தார். நவம்பர் 29, 2007 இல் முஷாரப் மீண்டும் அதிபராக பதவியேற்றார். டிசம்பர் 15 இல் நெருக்கடி நிலை விலக்கிக் கொள்ளப்பட்டது.

பெனாசிர் பூட்டோ 2007 டிசம்பர் 27 இல் படுகொலை செய்யப் பட்டார்.

2008 பிப்ரவரி 18 இல் நடந்த தேர்தலில் முஷாரப் ஆதரவு கட்சிகள் தோல்வியுற்றன. யூசப்ராஜா கிலானி 2008 மார்ச் 24 இல் பிரதமராக தேர்ந்தெடுக்கப்பட்டார்.

முஷாரப் மீது கண்டனத் தீர்மானம் கொண்டு வர 2008 ஆகஸ்டு 17 இல் ஆளுங்கட்சி முடிவு செய்தது. ஆகஸ்டு 18 இல் முஷாரப் அதிபர் பதவியிலிருந்து ராஜினாமா செய்தார்.

பாகிஸ்தானில் 1999லிருந்து 2008 வரை ஒன்பது ஆண்டுகால ஆட்சியைத் தன் வசம் வைத்திருந்தது அந்நாட்டின் வரலாற்றில் ஒரு சாதனையாகவே கருதப்படுகிறது.

அதிபர் பதவியிலிருந்து முஷாரப் பதவி ராஜினாமா செய்ததை மறைந்த பெனாசிர் பூட்டோ மகனும் பாகிஸ்தான் மக்கள் கட்சித் தலைவருமான பிலாவல் பூட்டோ வரவேற்றார்.

'ஜனநாயகத்திற்கு இருந்த தடை நீங்கியது' என்று மகிழ்ச்சி பொங்கத் தெரிவித்தார்.

பெனாசிர் கணவர் சர்தாரி கூறுகையில், 'இனி ஜனநாயகம் நாட்டில் வலுப்படும்' என்றார்.

முஷாரப்பால் பழிவாங்கப்பட்ட நீதிபதி இப்திகார் சவுத்ரி தன் பேட்டியில் "கடந்த ஆண்டு துவங்கிய போராட்டத்திற்குக் கிடைத்த பரிசு" என்று கூறியிருக்கிறார்.

கடந்த எட்டாண்டுகளாக ராணுவம் ஐ.என்.ஐ. ஆகியவற்றின் உதவியோடு எதிர்த்தவர்களை அடக்கி வைத்த முஷாரப் பதவியி லிருந்து விலகியதும் பாகிஸ்தான் தனியார் டி.வி. சேனல்கள் போட்டி போட்டுக் கொண்டு அவருக்கு எதிரான தகவல்களை ஒளி பரப்பின.

முஷாரப் நடவடிக்கைக்கு பதிலடியாக நவாஸ் தற்போது நடவடிக்கை எடுத்திருக்கிறார் என்றும் அச்சமயம் விமர்சனங்கள் எழுந்தன.

பதவியை விட்டு விலகப் போவதாக அதிபர் முஷாரப் அறிவித்தது ஜனநாயக சக்திகளுக்கு கிடைத்த வெற்றி என பாகிஸ்தான் ஆளும் கூட்டணி தெரிவித்துள்ளது.

முஷாரப்பின் விலகலை பாகிஸ்தான் மக்கள் கட்சித் தொண்டர் களும், நவாஸ் ஷெரீபின் முஸ்லீம் லீக் கட்சித் தொண்டர்களும் பட்டாசுகள் வெடித்தும் இனிப்புகள் வழங்கியும் கோஷங்கள் எழுப்பியும் கொண்டாடி வருகின்றனர்.

பாகிஸ்தான் வெளியுறவு அமைச்சர் குரேசி கூறுகையில், "முஷாரப்பை பாதுகாப்பாக நாட்டைவிட்டு வெளியேற்றுவதா அல்லது வேண்டாமா என்பதை ஆளும் கூட்டணி தலைவர்கள் முடிவு செய்வர். நாட்டின் அரசியல் சூழ்நிலை உள்பட பல்வேறு விஷயங்களைக் கருத்தில் கொண்டு அவர்கள் முடிவு எடுப்பர்" என்றார்.

17. முஷாரப்பின் ராஜினாமாவுக்குப் பின்

பாகிஸ்தான் ஆளும் கூட்டணி அரசில் இடம் பெற்றுள்ள கட்சி களின் தலைவர்களின் வீடுகளின் முன் ஏராளமான கட்சித் தொண்டர்கள் கூடி மகிழ்ச்சி ஆரவாரம் செய்தனர்.

காஷ்மீரைத் தலைமையிடமாகக் கொண்டு செயல்படும் ஹுரியத் அமைப்பின் தலைவர் ஜிலானியும், முஷாரப் பதவியை ராஜினாமா செய்ததில் மகிழ்ச்சி தெரிவித்திருக்கிறார்.

காஷ்மீர் விவகாரத்தைச் சிக்கலாக்கியது மட்டுமின்றி இசுலாமிய உலகத்திற்கும் கெட்ட பெயர் ஏற்படுத்தியவர் முஷாரப் என்னும் கருத்து தெரிவித்திருக்கிறார்.

பதவியைத் துறக்கும் சோகத்துடன் இருந்த முஷாரப் செய்தியாளர் களிடம் தெரிவித்தது.

"ஆளும் கூட்டணி கட்சிகள் எனக்கு எதிராக பொய்யான மற்றும் ஆதாரமற்ற குற்றச்சாட்டுகளைக் கூறி வருகின்றன. அது நாட்டைப்

பாழ்படுத்தி விடும். நான் எடுத்த முடிவுகள் எல்லாம் அரசியல் வாதிகள், ராணுவத்தினர் மற்றும் அதிகாரிகளைக் கலந்தாலோசித்து எடுத்ததே.

எனக்கு எதிராக பொய்யான குற்றச்சாட்டுகளைக் கூறி மக்களை திசை திருப்ப முற்படுகின்றனர். அந்தக் குற்றச்சாட்டுகள் எனக்கு மட்டுமல்லாமல் நாட்டின் நலனுக்கும் பாதிப்பை ஏற்படுத்து கின்றன.

நான் எப்போதும் சமரச பாதையில்தான் செல்ல நினைத்தேன். ஆளும் கூட்டணி கட்சிகளோ எனக்கு எதிராக மோதல் போக்கைக் கடைப்பிடிக்கின்றன. தனிப்பட்ட முறையிலும் அரசியல் சட்ட ரீதியாகவும் நான் யாரையும் பழிவாங்க முற்படவில்லை. நான் நாட்டின் அதிகாரத்தைக் கைப்பற்றிய நேரத்தில், ஒரு அபாயகர மான சூழ்நிலை நிலவியது.

பயங்கரவாத நாடாக பாகிஸ்தானை அறிவிக்கும் நிலைமை உருவாகியிருந்தது. துப்பாக்கிகளுடன் பலர் சுதந்திரமாக உலாவிக் கொண்டிருந்தனர். அதை மாற்றினேன்.

நாட்டின் பொருளாதாரத்தை மேம்படச் செய்தேன். பெண்களை அடிமைத்தளையிலிருந்து விடுவிக்கப் பாடுபட்டதோடு நாட்டை பல்வேறு துறைகளிலும் மேம்படச் செய்தேன்.

பாகிஸ்தானில் ஒரு நல்ல ஜனநாயகத்தை உருவாக்கினேன். நான் ஒரு ராணுவ வீரன் என்பதால் நான் ஜனநாயகத்துக்கு எதிரானவன் என சித்தரித்தனர்.

ஆனாலும், விரைவில் ஜனநாயகம் என்பது பாட்டிலில் ஒட்டப்படும் லேபிள் போன்றது. அப்படி இல்லாமல் நல்ல முறையில் தேர்தலை நடத்திய ஒரு துடிப்பான ஜனநாயகத்தை உருவாக்கினேன்.

பிப்ரவரி 18-ஆம் தேதி நடந்த தேர்தல் நேர்மையாகவும், சுதந்திர மாகவும், வெளிப்படையாகவும் நடைபெற்றது” என்று கூறினார் முஷாரப்.

18. பர்வேஷ் முஷாரப்பின் வழக்கும் இறப்பும்

டெல்லியில் 11 ஆகஸ்ட் 1943 இல் பிறந்த முஷாரப் பாகிஸ்தானின் புகழ்பெற்ற இராணுவ அதிகாரி மற்றும் அரசியல் வாதி ஆவார்.

இவர் 2001 முதல் 2008 வரை பாகிஸ்தானின் 10வது ஜனாதிபதியாக பணியாற்றியவர்.

2013ஆம் ஆண்டு பொதுத் தேர்தலில் பங்கேற்பதற்காக முஷாரப் பாகிஸ்தானுக்கு திரும்பினார். ஆனால் நவாப் அக்பர் புக்டி மற்றும் பெனாசிர் பூட்டோ ஆகியோரின் படுகொலைகளில் ஈடுபட்டதாகக் கூறப்படும் குற்றத்திற்காக அந்நாட்டு உயர்நீதிமன்றங்கள் முஷாரப் புக்கும், அஜீஸுக்கும் கைது வாராண்டுகளை பிறப்பித்து தேர்தலில் நிற்க தடை விதித்தது.

2013 இல் நவாஸ் ஷெரீப் மீண்டும் தேர்ந்தெடுக்கப்பட்டவுடன் அவசர கால ஆட்சியை அமல்படுத்தியதற்காகவும், 2007 இல் அரசிய லமைப்பை இடை நிறுத்தியதற்காகவும் முஷாரப் மீது தேச துரோக குற்றச்சாட்டுகள் சுமத்தப்பட்டது.

2017 இல் நவாஸ் ஷெரீப் பதவியில் இருந்து நீக்கப்பட்ட பிறகும் முஷாரப் மீதான வழக்கு தொடர்ந்தது.

அதே ஆண்டில் பர்வேஸ் முஷாரப் தலைமறைவானவர் என்று அறிவிக்கப்பட்டார்.

பூட்டோ படுகொலை வழக்கில் துபாய்க்கு குடிபெயர்ந்ததன் மூலம், 2019 இல் முஷாரப் இல்லாத நிலையில் தேசத் துரோக குற்றச் சாட்டில் மரண தண்டனை விதிக்கப்பட்டார். ஆனால் இந்த மரண தண்டனை பின்னர் லாகூர் உயர்நீதிமன்றத்தில் ரத்து செய்யப் பட்டது.

நீண்ட காலமாக அமிலாய் டோஸிஸ் நோயால் பாதிக்கப் பட்டிருந்த முஷாரப் 2023 பிப்ரவரி 5 இல் துபாயில் மரணமடைந் தார்.